தோழர் ப.மாணிக்கத்தின் தியாக வாழ்வு

தோற்றம் : 26-10-1922   மறைவு : 22-06-1999

நியூ செஞ்சுரி புக் ஹவுஸ் (பி) லிட்.,
41-பி, சிட்கோ இண்டஸ்டிரியல் எஸ்டேட்,
அம்பத்தூர், சென்னை - 600 050.
☎ : 044 - 26251968, 26258410, 48601884

Language: Tamil
Thozhar P.Manickathin Thiyaga Vaazhvu
First Edition: January, 2022
Copyright: Publisher
No.of Pages: 104
Publisher:
New Century Book House Pvt. Ltd.,
41-B, SIDCO Industrial Estate,
Ambattur, Chennai - 600 050.
Tamilnadu State, India.
Email: info@ncbh.in
Online: www.ncbhpublisher.in

ISBN. 978-81-2344-190-0

Code No. A4543

₹ 80.00

Branches

Ambattur (H.O.) 044 - 26359906 **Spenzer Plaza (Chennai)** 044-28490027
Trichy 0431-2700885 **Pudukkottai** 04322- 227773 **Thanjavur** 04362-231371
Tirunelveli 0462-4210990, 2323990 **Madurai** 0452-2344106, 4374106
Dindigul 0451-2432172 **Coimbatore** 0422-2380554 **Erode** 0424-2256667
Salem 0427-2450817 **Hosur** 04344-245726 **Krishnagiri** 04343-234387
Ooty 0423-2441743 **Vellore** 0416-2234495 **Villupuram** 04146-227800
Pondicherry 0413-2280101 **Nagercoil** 04652-234990

தோழர் ப.மாணிக்கத்தின் தியாக வாழ்வு
முதல் பதிப்பு: ஜனவரி, 2022

அச்சிட்டோர்: **பாவை பிரிண்டர்ஸ் (பி) லிட்.,**
16 (142), ஜானி ஜான் கான் சாலை, இராயப்பேட்டை, சென்னை - 14
☎: 044-28482441

All rights reserved. No part of this book may be reprinted or reproduced or utilised in any form or by any electronic, mechanical, or other means, now known or hereafter invented, including photocopying and recording, or in any information storage or retrieval system, without permission in writing from the publishers.

பதிப்புரை

'பொதுவாழ்வில் ஒரு மாணிக்கம்' என்று தினமணி நாளிதழ் தலையங்கத்தால் பாராட்டப்பெற்ற தோழர் ப.மாணிக்கத்தின் நூற்றாண்டு விழாத் தருணமிது. தன்னலங் கருதாது தமிழ்ச் சமூகத்திற்காகவே வாழ்ந்து மறைந்திட்ட சமரசமற்ற மார்க்சியப் போராளி ப.மாணிக்கத்தின் நூற்றாண்டைக் கொண்டாடும் விதமாகவும் அவரது எழுத்துகளையும் அப்பழுக்கற்ற அவரது வாழ்க்கைச் செயல்பாடுகளையும் நினைவு கூரும் விதமாகவும் நியூ செஞ்சுரி புத்தக நிறுவனத்தால் 'தோழர் ப.மாணிக்கத்தின் தியாக வாழ்வு' எனும் இந்நூல் தொகுக்கப்பட்டுள்ளது.

தான் ஒரு கம்யூனிஸ்டாகத் தன் வழியைத் தேர்ந்தெடுத்துக் கொண்டதைப் பற்றி அதன் நியாய விளக்கங்களுடன் தோழர் ப.மாணிக்கம் எழுதிய கட்டுரை இத்தொகுப்பில் முதலில் இடம் பெற்றுள்ளது.

அவருடன் பணியாற்றிய சக தோழர்களான பி.சீனிவாசராவ், ப.ஜீவானந்தம், ஏ.எஸ்.கே., கே.பாலதண்டாயுதம் ஆகியோரின் போராட்ட வரலாற்றை உயிரோட்டத்துடனும் செறிவுடனும் ப.மாணிக்கம் அவர்கள் எழுதிய கட்டுரைகள் அடுத்தடுத்து இடம்பெற்றுள்ளன. தமிழகத்து கம்யூனிஸ்ட் முன்னோடிகளான இத்தோழர்களைப் பற்றிய அவரது கட்டுரைகள் 'மிகவும் ஆதாரமானவை' என்று இந்திய கம்யூனிஸ்ட் கட்சியின் மூத்த தோழர் ஆர்.நல்லகண்ணு அவர்கள் 'தேர்ந்தெடுத்த வழி' எனும் நூலுக்கு எழுதிய அணிந்துரையில் குறிப்பிட்டுள்ளார்.

'ஜனசக்தி' எனும் நாளிதழ் உருவாகி பல்வேறு தடைகளுடனும் இடையூறுகளுடனும் வளர்ந்த வரலாற்றைப் பற்றிய தோழர் ப.மாணிக்கத்தின் ஆழமான தகவல்களை உள்ளடக்கிய கட்டுரை சொல்லும் செய்திகள் மிகமிக கனமானவை.

உலகத்தமிழ் மாநாடு குறித்தும் பிரெஞ்சிந்திய விடுதலை இயக்கம் குறித்தும் அவர் எழுதியிருக்கும் கட்டுரைகளும் முக்கியத்துவம் கருதி இத்தொகுப்பில் சேர்க்கப்பட்டுள்ளன.

'ஜனசக்தி' நாளிதழில் பணியாற்றிய தோழர் அறந்தை நாராயணன் அவர்கள் தோழர் ப.மாணிக்கத்தின் மறைவிற்குப் பிறகு 2000ஆவது

ஆண்டில் ப.மாணிக்கத்தின் கட்டுரைகளைத் தொகுத்து 'தேர்ந்தெடுத்த வழி' எனும் தலைப்பில் சிறுநூலொன்றை வெளியிட்டிருந்தார். அந்நூலில் இடம் பெற்றிருந்த தோழர் ப.மாணிக்கத்தின் கட்டுரைகள் இத்தொகுப்பில் இடம் பெற்றுள்ளன.

2007ஆம் ஆண்டு இந்திய கம்யூனிஸ்ட் கட்சியின் திருச்சி மாவட்டக் குழு சார்பில் வெளியிடப்பட்ட 'ப.மாணிக்கம் தியாக வாழ்வு' எனும் நூலில் தோழர் ப.மாணிக்கம் குறித்து இந்திய கம்யூனிஸ்ட் கட்சியின் மூத்த தோழர் ஆர்.நல்லகண்ணு, பேராசிரியர் ஆ.சிவசுப்பிரமணியன், முனைவர் மே.து.இராசுகுமார் ஆகியோர் எழுதியிருந்த கட்டுரைகளும் இத்தொகுப்பில் சேர்க்கப்பட்டுள்ளன என்பதைத் தெரிவித்துக் கொள்கிறோம்.

பதினைந்து ஆண்டு காலம் இந்திய கம்யூனிஸ்ட் கட்சியின் தமிழ் மாநிலச் செயலாளராகப் பொறுப்பேற்று தமிழ்ச் சமூக மேம்பாட்டிற்காக நேர்மையாகவும் சீர்மையாகவும் செயலாற்றிய செழுமையானதொரு போராளியின் பன்முக ஆளுமையைப் புரிந்துகொள்ளும் வகையில் இந்நூல் தொகுக்கப்பட்டுள்ளது. தமிழ் மக்களின் நெஞ்சங்களில் தோழர் ப.மாணிக்கம் எனும் கம்யூனிஸ்ட் போராளியின் லட்சிய வாழ்வை அழுத்தமாகப் பதியவைப்பதே இந்நூலின் நோக்கமாகும்.

- பதிப்பகத்தார்

பொருளடக்கம்

1. தேர்ந்தெடுத்த வழி... — 7
2. பி.சீனிவாச ராவ் — 15
3. ப.ஜீவானந்தம் — 21
4. கே.பாலதண்டாயுதம் — 32
5. ஏ.எஸ்.கே. — 50
6. ஐம்பது ஆண்டுகளின் லட்சியப் பயணம் — 54
7. உலகத் தமிழ் மாநாடு 1995 — 71
8. பிரஞ்சிந்திய விடுதலை இயக்கம் — 76

★ ★ ★

9. தோழர் ப.மாணிக்கத்தின் தியாக வாழ்வு — 84
10. இளம் தலைமுறையினரைப் பயிற்றுவித்த பல்கலைக்கழகம் ப.மாணிக்கம் — 88
11. திருநெல்வேலி மாவட்டத்தில் தோழர் ப.மாணிக்கம் — 100

தேர்ந்தெடுத்த வழி...

- ப.மாணிக்கம்

கட்சியில் சேர்ந்த அனுபவத்தையும், சில நினைவுகளையும் எழுத வேண்டுமென ஜனசக்தி ஆசிரியர் குழு கேட்டுக் கொண்டதற்கிணங்க இதை எழுதுகிறேன். சொந்த அனுபவங்களை, வாழ்க்கையை இதுவரை எழுதவில்லை. இப்போது எழுத வேண்டிய கட்டளைக்கு உட்பட்டிருப்பதால், முடிந்த அளவு நினைவுபடுத்தி எழுதியுள்ளேன். பல வேலைகளுக்கு மத்தியில் எழுதியதால், குறைகளும் இடைவெளியும் இருக்கும். இது வாழ்க்கைச் சரிதமல்ல என்று வாசகர்களுக்கு நினைவுபடுத்த விரும்புகிறேன்.

சேர்ந்த ஆண்டு

நான் இந்தியக் கம்யூனிஸ்ட் கட்சியில் சேர்ந்த ஆண்டு 1941 துவக்கத்தில் ஆகும். இது ஏகாதிபத்திய யுத்தம் (இரண்டாம் பெரும் போர்) நடந்துகொண்டிருந்த காலம். அப்போது உயர்நிலைப் பள்ளியில் இறுதி ஆண்டு (எஸ்.எஸ்.எல்.சி.) படித்துக் கொண்டிருந்தேன். அப்போது கார்டு வழங்கும் வழக்கமில்லை. 1942-இல் தான் மாணவர் அமைப்பில் தீவிரப் பங்கு பெற்றேன்.

கட்சியில் சேருவதற்கு முன்னால் சில ஆண்டுகள் கட்சியின் தலைமறைவு காலப் பிரசுரங்கள் எனக்குத் தரப்பட்டன. தொடர்ச்சியாக இப்பிரசுரங்களை ஒருவர் எனக்குக் கொடுத்துவந்தார். அது நெல்லிக் குப்பம் சர்க்கரை ஆலைத் தொழிலாளர் பகுதியில் உள்ள ஒருவரால் எனக்கு அனுப்பப்பட்டது. ரகசியமாகப் படித்தபின் சிலவற்றைத் திரும்பப் பெற்றுக்கொண்டார்கள்.

கட்சிக்கு நிதி உதவியும் தந்துள்ளேன். அப்போதெல்லாம் நாணயத்தின் மதிப்பு மிக உயர்ந்திருந்தது. நான் கொடுத்தது இரண்டு அணாதான். அப்போது பிரிட்டிஷ் ஆட்சி அடக்குமுறை இருந்ததால் கட்சி விஷயங்களைப் பகிரங்கமாகப் பேசிக் கொள்வதில்லை. ஓரிரு நம்பிக்கையானவர்களுடன் பரிமாறிக் கொள்வது வழக்கம். அப்போது என்னுடன் நெருங்கியிருந்த மாணவர்கள் சிலருடன் கட்சி அரசியலைப் பேசிக் கொள்வோம். மற்ற மாணவர்களிடம் பொது அரசியல் பற்றி காரசாரமாகப் பேசுவது வழக்கம்.

உலகப்போர் நடந்து கொண்டிருந்ததால், யுத்த எதிர்ப்பு பகிரங்க பிரசாரம் செய்தவர்கள் கைது செய்யப்பட்டார்கள். யுத்தத்தை ஆதரித்து அன்று நீதிக்கட்சி (சுயமரியாதை இயக்கம்) பிரசாரம் செய்து வந்தது.

காங்கிரஸ் கட்சி யுத்த எதிர்ப்பு பிரசாரத்தை, இயக்கத்தை சத்தியாக்கிரக வடிவில் செய்துவந்தது. 'யுத்த எதிர்ப்பு தனி நபர் சத்தியாக்கிரகம்' என்று அழைக்கப்பட்டது. எனக்கு தூரத்து உறவினர், சத்தியாக்கிரகியாக கடலூருக்கு (இதுதான் எனது சொந்த ஊர்) வந்தவர், என் வீட்டிற்கு வந்தார். இவர் தஞ்சை மாவட்டத்தில் பாபனாசம் தாலூகாவில் உள்ள அருந்தவபுரம் என்னும் ஊரைச் சேர்ந்தவர். அவர் வந்த சமயம் என் தாயாருக்கு வீட்டில் உடல்நலமில்லை. நான் வீட்டுச் சமையலைச் செய்துவிட்டு பள்ளிக்கூடம் செல்வேன். வந்தவரையும் உபசரிக்க வேண்டியதாயிற்று. என் தந்தைக்கு அவர் மீது கோபம் உண்டாயிற்று. என் தந்தை சுயமரியாதை இயக்கத்திற்கு ஆதரவு தருபவர். தெய்வ பக்தியும் உள்ளவர். இதில் மட்டும் பெரியாருடைய கருத்துக்களை ஏற்காதவர். என் தந்தைக்குக் கோபம் வந்த காரணம், வீட்டிற்கு வந்தவர் ஒரு வாரம் தங்கிவிட்டார். மேலும் அரசாங்கத்தை எதிர்ப்பவர் ஒருவாரம் வீட்டில் தங்கிவிட்டார் என்கிற கோபம் வேறு. அரசாங்கத்தின் பகை வரக்கூடாது என்பதும், நெருக்கமில்லாத விருந்தினர் நீண்டநாள் தங்கிவிட்டார் என்பதும் காரணமாகும். நான் என் தந்தையை அமைதிப் படுத்த முயன்றபோது என்மீது கோபப்பட்டார். பின்னர் அவர் தொடர்ந்து தனது சத்தியாக்கிரகப் பயணத்தை மேற்கொண்டார்.

அந்த சத்தியாக்கிரகி என்னோடு தங்கியிருந்த சமயம் காந்திய வழி பற்றி பேசினார். நான் அவரிடம் மெதுவாக கம்யூனிஸ்ட் வழியைப் பற்றி விளக்கினேன். அதைக் கேட்டபின் அவர், "நீ கம்யூனிஸ்ட்டா?" எனக் கேட்டார். நான், எனக்கு அந்தக் கொள்கை பிடித்திருக்கிறது என்றேன். அவர் தனக்கும் கம்யூனிஸ்ட் கொள்கை பிடிக்கும், ஆனால் இந்த நாட்டில் அதை அவ்வளவு சுலபமாக மேற்கொள்ள முடியாது என்று கூறினார். ஏன் முடியாது என்று கேட்ட போது, இளைஞர்களால் அதைப் பின்பற்ற முடியும், அது ஒரு புரட்சிகரமான கொள்கை என்றும் கூறி நிறுத்திவிட்டார். அவரிடம் வெகுஜன இயக்கத்தை, போராட்டத்தை நடத்துவதுதான், நாட்டின் விடுதலைக்கு வழிவகுக்கும், சத்தியாக்கிரகம் பலனளிக்காது என்று நான் சுட்டிக்காட்டியபோது, "நீ அந்த வழியில் செல்லலாம். இருப்பினும் உன் படிப்பைக் கெடுத்துக்கொள்ளாதே" என்று கூறிச் சென்று விட்டார்.

காந்தியின் சத்தியாக்கிரகிக்கும் இளங் கம்யூனிஸ்ட்டாகிய எனக்கும் ஏற்பட்ட ஒரு அனுபவம் இது. இது நடந்தது 1941-இல். எங்கள் இருவருக்குமிடையில் வயது வித்தியாசம் 20க்கு மேலிருக்கும். எனக்கு 18 பூர்த்தியாகி, 19 துவங்கியிருந்தது. அவருக்கு சுமார் 40 வயதுக்கு மேலிருக்கும், அவர் ஒரு நடுத்தர விவசாயி. அவர் குடும்பத்தைக் கவனித்துக் கொள்ள உடன் பிறந்தவர்களும், அவரது வயது வந்த மகன்களுமிருந் தார்கள். நான் படித்துக் கொண்டிருக்கிற இளைஞன், எனது குடும்பம் மிக எளிய குடும்பம். என் தந்தை அந்த நாளில் 30 ரூபாய் சம்பளத்தில் வேலை பார்த்தவர். ஒரு பெரிய மண்டியில் முஸ்லிம் முதலாளியிடம் வேலை பார்த்த கணக்குப்பிள்ளை. அந்த நாளில் தமிழகத்தில் கம்யூனிஸ்ட் கட்சியின்பால் ஈர்க்கப்பட்டவர்கள் எளிய குடும்பத்தைச் சேர்ந்தவர்களும், தொழிலாளிகளும் தான் அதிகம்.

எனக்குக் கட்சி இலக்கியங்கள் நெல்லிக்குப்பம் சர்க்கரைத் தொழிலாளர் மத்தியிலிருந்த கம்யூனிஸ்டுகளிடமிருந்துதான் கிடைத்தது. அதைக் கொடுத்தவர்கள் என்னுடன் படிக்கும் மாணவர்கள். இவர்கள் அந்தத் தொழிலாளி கம்யூனிஸ்ட்டுகளுக்கு உறவினர்கள். தலைமறைவாக இருந்தபோதிலும் கம்யூனிஸ்ட் கட்சி தொழிலாளர்கள், மாணவர் களிடம் மிக நெருங்கிய தொடர்பு வைத்திருந்தது. என்னைப் போன்ற சிலரைக் கம்யூனிஸ்ட்டுகளாக்கிய இயக்கம், நெல்லிக்குப்பம் சர்க்கரை ஆலைத் தொழிலாளர் இயக்கம் தான்.

நான் கட்சியில் சேர்ந்தது ரகசியமாக, அமைதியாக நடந்தது. அந்த ஆண்டுகளில் அரசியல் வட்டாரங்களில், மக்களிடம் பேசப்பட்டு வந்த பிரதான பிரச்சினை நாட்டின் விடுதலையே ஆகும். பிரிட்டிஷ் ஆட்சியிலிருந்து எப்படி விடுதலை அடைவது? காந்திய சத்தியாக்கிரக வழியா, வெகுஜனப் போராட்ட வழியாகிய கம்யூனிஸ்ட் வழியா என்பது விவாதிக்கப்பட்டது. என்னைக் கவர்ந்த வழி வெகுஜனப் போராட்ட வழியாகிய கம்யூனிஸ்ட் வழியேயாகும், இந்த அரசியல் காரணம் மட்டுந்தானா? இல்லை, பிற காரணங்களும் உள்ளன.

கட்சியில் சேருமுன் சில ஆண்டுகள் கட்சிப் பிரசுரங்கள் எனக்கு வழங்கிய நண்பர்கள் சிலர் இன்று வெவ்வேறு துறையில் வேலை செய்கின்றனர். கட்சியில் சிலர் இல்லை. இந்தச் சில ஆண்டுகளில் நான் 'ஜனசக்தி'யை 1936-லிருந்து படித்து வந்துள்ளேன். இது கடலூர் நகராண்மைக் கழக அலுவலகத்திற்கு அருகாமையில் உள்ள வாசக சாலைக்கு வந்து கொண்டிருந்தது. அப்பத்திரிகையில் தோழர் ஜீவா, தோழர்

சி.எஸ்.சுப்பிரமணியம், பி.ராமமூர்த்தி ஆகியோரின் கட்டுரைகள், அகில இந்தியத் தலைவர்களின் கட்டுரைகள் பல மொழிபெயர்க்கப்பட்டு வந்து கொண்டிருந்தன. இக்கட்டுரைகளை மாணவர்கள் சிலர் தொடர்ந்து படித்து சோஷலிசம், கம்யூனிஸம் பற்றியெல்லாம் விவாதிப்போம்.

1936-இல் புதுவையில் நடந்த பஞ்சாலைத் தொழிலாளர் போராட்டம் பிரஞ்சு ஆதிக்கத்தை எதிர்த்து நடந்த போராட்டங்களைப் பற்றி மாணவர்கள் விவாதிப்போம். அப்போராட்டத்தைப் போன்று பிரிட்டிஷ் ஆட்சியையும் எதிர்த்துப் போராட வேண்டுமென நினைத்தோம். தோழர் வ.சுப்பையா கடலூர் பக்கம் வருவார். அவரைச் சந்தித்த நண்பர்கள் மூலம் அரசியல் நிலைமைகளைத் தெரிந்து கொள்வோம். எங்களுடனிருந்த மாணவர்கள் சிலரும் புதுவை சென்று விவரங்களையும் தெரிந்து வந்து பேசுவோம்.

தென்னாற்காடு மாவட்டத்தில் காங்கிரஸ் சோஷலிஸ்ட் கட்சி அமைப்பாளராக மணவாளன் என்பவர் வேலை செய்து வந்தார். அவருடன் நேரடியாகவும் தொடர்பு கிடைத்தது. பல விஷயங்களை விவாதித்துத் தெரிந்து கொள்வது வழக்கம்.

சில நேரங்களில் நெல்லிக்குப்பம் வந்து போகும் ஜீவா கடலூரிலும் கூட்டம் பேசுவார். மைக்கில்லாத கூட்டம். 40 அல்லது 50 பேர், சில நேரங்களில் 200க்கு மேற்பட்டவர்கள் கொண்ட கூட்டங்களில் மிக ஆவேசமாகப் பேசுவார் ஜீவா. அவருடன் தென்னாற்காடு மாவட்ட கட்சியில் இப்போது செயலாற்றி வரும் பழந்தோழர் பி.புருஷோத்தமனும் கூட்டங்களில் பேசுவார். இவர்களெல்லாம் அன்று மேற்கொண்டிருந்த எளிமையான வாழ்க்கை, சிறை சென்றது, தடியடிப்பட்டது போன்ற நிகழ்ச்சிகள் எனக்கும், என்னோடு சேர்ந்த இளைஞர்களுக்கும் சோஷலிச லட்சியத்திற்குப் பாடுபட வேண்டும் என்ற வைராக்கியத்தை வளர்த்தது.

அவ்வப்போது நடக்கும் காங்கிரஸ் கூட்டங்களுக்குச் சென்று வரும் மாணவர்களுடன் நாட்டின் விடுதலைக்கான வழிபற்றியும், கொள்கைகள் பற்றியும் பல சர்ச்சைகள் எழும். ஒரு பிரிவினர் தீவிர வாதத்தை ஆதரித்து வந்தோம். அப்போது பேசிய தீவிரவாதம் சோஷலிசம் தான்.

தீவிரப் போராட்ட வழி என்ன என்றும் தெரிந்துகொள்ள பல நூல்களை வாங்கிப் படிப்பதுண்டு. வீரசவர்க்கார், சுபாஷ்போஸ், இத்தாலிய வீரர்கள் கரிபால்டி, மாஜினி, அயர்லந்து, டிவேலரா, லோகமான்ய திலகர், பகத்சிங் வாழ்க்கை வரலாறு போன்ற நூல்களும்

படித்து வருவதுண்டு. சிவாஜி, ஜான்சிராணி போன்றவர்களின் வாழ்க்கை வரலாறு பற்றிய பிரசுரங்களையும் படித்துவந்தோம்.

வாலிபர் சங்கம்

எங்களுடைய மாணவர் குழாமில் விவேகானந்தரைத்தான் நாங்கள் பெரிதும் போற்றி வந்தோம். அவர் பெயரால் ஒரு வாலிபர் சங்கத்தை எங்கள் ஊரில் (கடலூர்) நிறுவி அதன்மூலம் பல விளையாட்டுப் பயிற்சிகள், பேச்சுப் போட்டி முதலியவற்றை நடத்தினோம். இதைவிட சமுக சேவைதான் அந்த வாலிபர் சங்கத்தின் முக்கியமான குறிக்கோள். சேரிகளில் பள்ளிக்கூடம் செல்லாத சிறு பிள்ளைகளுக்கு இரவுப் பள்ளிக் கூடம் நடத்தினோம். காந்தி பிறந்த தினம், விவேகானந்தர் பிறந்த தினம் போன்ற நாட்களில் ஏழைகளுக்குக் கஞ்சி வார்ப்பது, தீபாவளி நேரத்தில் சேரி மக்களுக்கு எண்ணெய், அரப்புப்பொடி வழங்குதல் போன்ற காரியங்களைச் செய்து வந்தோம். இது சமூக சேவை எனும் திருப்தியை அளித்த போதிலும், நாட்டின் விடுதலைக்கு இது மட்டும் போதாது எனக் கருதினோம்.

பாரதியார் பாடல்களைப் பாடிக்கொண்டு ஊர்வலமாக, கிராமங் களுக்குச் செல்வோம். சோஷலிசம் பற்றித் தெரிந்து கொள்ள விரும்பிய சிலர் 1937 செப்டம்பரில் தோழர்கள் சுப்ரமணிய சர்மா (இப்போது கேரளாவிலிருக்கிறார்), பாலதண்டாயுதத்தை அழைத்து கூட்டம் நடத்தினோம். எங்கள் வாலிபர் மன்றக்கூட்டம் நடந்த பின், அன்று மாலை காங்கிரஸ் சோஷலிஸ்ட் கட்சி சார்பில் நடந்த பொதுக் கூட்டத்திலும் இந்த இருவரும் பேசினார்கள். பொதுமக்கள் திரளாக வந்திருந்தனர். சோஷலிசக் கருத்துக்களுக்கு மக்களிடம் அப்போது செல்வாக்கு வளர்ந்து வந்தது. என்னுடைய சக மாணவர்களிடம் அரசியல் கருத்துக்கள் வேகமாகப் பரவி வந்தன.

அரசியல் கருத்து உருவாதல்

இக்காலத்தில்தான் எனக்கு 'நேஷனல் பிரண்ட்' எனும் பத்திரிகை கிடைத்தது. இப்பத்திரிகை கம்யூனிஸ்ட் கட்சியால் அன்று நடத்தப் பட்டது. இதன் ஆசிரியர் பி.ஸி.ஜோஷி. இப்பத்திரிகையில் வந்த கட்டுரைகள் விடுதலை இயக்கத்தை நடத்த ஒரு ஐக்கிய அணியின் அவசியத்தையும், அதன் கொள்கை, நடைமுறைபற்றி அவ்வப்போது எழுதி வந்தது. இக்கட்டுரைகள் அப்போது தெளிவாக எனக்கு விளங்க வில்லை. நன்கு ஆங்கிலம் தெரிந்த நண்பர்கள் உதவியால் படித்து

கருத்துக்களை கிரகித்துக் கொண்டேன். இதற்கு பின்னர்தான் *(1940-41)* எனக்கு கட்சியின் தலைமறைவு கால இலக்கியங்கள் கிடைத்தன.

நான் கம்யூனிஸ்ட் கட்சியை நோக்கி எப்படி வந்து சேர்ந்தேன் என்கிற நிலையைத் தான் முற்பகுதியில் கூறினேன். எனக்கு அரசியலில் அக்கறை பிறந்ததற்கான காரணங்களைச் சேர்த்துக் கூறினால்தான் எப்படி ஒரு கம்யூனிஸ்ட் உருவானான் என்பதையும் புரிந்து கொள்ள உதவும்.

தியாகி ராமச்சந்திரன்

எனக்கு *8* வயதாக இருந்த போது *1930*-இல் காங்கிரஸ் இளைஞன் ராமச்சந்திரன் என்பவர் திருக்கோயிலூரில் நடந்த போராட்டத்தில் போலீஸ் தாக்குதலுக்கு உள்ளாகி இறந்து போனார். அவர் கடலூரைச் சேர்ந்தவர். அவரது சடலத்தை அவரது வீட்டுக்குக் கொண்டு வந்தார்கள். தற்செயலாக நான் அதைப் பார்க்க நேர்ந்தது. கூடியிருந்தவர்கள் விவரமாகப் பேசிக் கொண்டதைக் கேட்டதும் மனம் கொதிப்படைந்தது. அவர் உயிரோடு இருந்த காலத்தில் காங்கிரஸ் கூட்டத்திற்கு தமுக்கடித்து பிரசாரம் செய்வதையும் தேசியக் கொடி தூக்கி கம்பீரமாக நடந்து செல்வதையும் பார்த்துள்ளேன். சுறுசுறுப்பு மிகுந்த ஒரு இளைஞனை இப்படி அடித்துக் கொன்றதைக் கேட்டது முதல் பிரிட்டிஷ் ஆட்சி மீதும், போலீஸ் மீதும் தீராத வெறுப்புணர்வு வளர்ந்துவிட்டது.

பகத்சிங்

1931-இல் பகத்சிங் தூக்கிலிடப்பட்டார் என்கிற செய்தி பரவி எங்கள் ஊரில் கடையடைப்பு செய்து, கறுப்புத்துணி அணிந்து பலர் சென்றனர். நானும் சென்று பகத்சிங் படத்திற்கு வணக்கம் தெரிவித்து கறுப்புத்துண்டு அணிந்து கொண்டு வந்தேன். கடைக்குச் சென்ற நான், எனது சட்டையில் கறுப்புத்துணி அணிந்து வருவதைக் கண்டதும் என்ன என்று கேட்டார்கள். விவரம் கூறினேன். எனது தந்தை இதை ஆட்சேபித்தார்.

அஞ்சலையம்மாள்

1932-ஆம் ஆண்டில் காங்கிரஸ் கட்சி தடையை மீறி திருமதி அஞ்சலை அம்மாள் (பிற்காலத்தில் சட்டமன்ற உறுப்பினராக இருந்தார்) தலைமையில் கூட்டம் நடத்தியது. இந்தக் கூட்டத்திற்கு நானும் சென்றேன். இக்கூட்டத்தை கலைக்க போலீஸ் பலமாகத் தாக்கியது. பலருக்குக் காயம். நான் ஒரு வீட்டுக் கூரைமேல் அமர்ந்து கூட்டத்தில்

பேசுவதைக் கேட்டுக் கொண்டிருந்தேன். கூட்டம் கலைந்து ஓடும் போது, கூட்டத்தோடு நானும் கலைந்து ஓடினேன். எனக்கும் போலீஸ் அடி விழுந்தது. இக்கூட்டத்தில் பேசிய திருமதி அஞ்சலையம்மாள் கைது செய்யப்பட்டார்.

இம் மூன்று சம்பவங்களும் எனது 8-9 வயதில் ஏற்பட்டதால் பிரிட்டிஷ் ஆட்சிமீது வெறுப்பும், நாட்டின் விடுதலைக்குப் பாடுபட வேண்டும் எனும் எண்ணமும் ஆழமாக வேரூன்றி நின்றது. இதன் காரணமாகவே காங்கிரஸ் கூட்டங்களுக்குச் செல்வது, தேசியத் தலைவர்கள் பேசிய பேச்சுக்களை பத்திரிகைகளில் படிப்பது, நூல்களை வாங்கி வாசிப்பது போன்ற அரசியல் தாகம் ஏற்பட்டது.

என்னுடைய வீடு இருந்த பகுதியில் கைவண்டி இழுத்துப் பிழைக்கும் கூலித் தொழிலாளிகள் நிறைய பேர் வாழ்ந்தார்கள். அவர்கள் படும் துயரம், கடுமையான உழைப்பு, குறைந்த கூலி போன்றவை ஏழைகளிடம் அனுதாபத்தை உண்டாக்கியது.

மற்றும் கூலிவேலை செய்யும் துறைமுகத் தொழிலாளர்கள் திரண்டு வேலைக்குச் செல்பவர்கள். வேலை முடிந்து திரும்பும் போதும் திரண்டு வருவார்கள். அவர்களது மனைவிமார் வேலை ஸ்தலத்திற்கு வந்து கணவரின் கூலிப் பணத்தைப் பெற்று அரிசி, மிளகாய், உப்பு, புளி வாங்கிச் செல்வார்கள். இல்லாவிடில் வழியில் கள்ளுக்கடையில் குடித்து பணம் வீணாகிவிடும். அவர்களது பிள்ளைகள் சிலரும் தங்கள் தாயாருடன் வந்து மரவள்ளிக் கிழங்கு வாங்கித் தரும்படிக் கேட்டு அழுவார்கள். தாய் சில நேரம் வீட்டுச் செலவுக்கே பணம் போதாமையால் பிள்ளைகளை அடிப்பதைப் பார்த்திருக்கிறேன். இத்தகைய சம்பவங்களைப் பார்த்து, அவர்களது வாழ்க்கையில் முன்னேற்றம் எப்போது வரும் என்று பலரிடம் விவாதித்துப் பார்ப்பேன். அப்போது எனக்கு இரு நண்பர்கள் சில விளக்கங்களைக் கூறுவார்கள். அதில் ஒருவர் காலமாகிவிட்டார். அவரும் ஏழைகள்பால் இரக்கம் காட்டுவார். அவர்தான் விவேகானந்தா இளைஞர் சங்கம் அமைக்க முன்வந்தார். அவர் எனது வழிகாட்டி-பெயர் ராஜாராம். என்னைப் போன்ற மாணவர்களைத் திரட்டி இந்தச் சங்கத்தின் மூலம் சமூக சேவையில் ஈடுபடச் செய்தார்.

விடுதலைப் போராட்ட சம்பவங்கள், பிரிட்டிஷ் ஆட்சியின் அடக்குமுறை, ஏழை எளிய மக்களின் துன்பம் நிறைந்த வாழ்க்கை மனதை உறுத்திக்கொண்டே இருந்தது. இதற்கு வழிகாட்ட ஒரு

நண்பர் சங்கம் அமைத்துக் கொடுத்து எங்களைச் சமூகசேவையில் ஈடுபடச் செய்தார்.

இதைத் தொடர்ந்து நாட்டில் ஏற்பட்ட அரசியல் நிகழ்ச்சிகள் மாணவப்பருவத்தில் என்னைத் தீவிர அரசியல் பாதைக்கு இழுத்தது. நாட்டின் விடுதலைக்கு வழி எது? சமுதாயத்தின் விடுதலைக்கு, ஏற்றத் தாழ்வற்ற, வளமான சமுதாயத்தை அமைக்க வழி எது என்று தேடி அலைந்த, என் சிந்தனைக்கு கம்யூனிஸ்ட் கட்சியின் கொள்கைகள், வேலைமுறைத் தெளிவையும், நம்பிக்கையையும் தந்தது. அன்று தேர்ந் தெடுத்த வழியில் பயணத்தைத் தெளிவோடும், நம்பிக்கையோடும் தொடர்கிறேன்.

'ஜனசக்தி'
(இந்திய கம்யூனிஸ்ட் கட்சியின்
பொன்விழா ஆண்டு மலர் 1975)

பி.சீனிவாச ராவ்

- ப.மாணிக்கம்

தமிழ்நாட்டின் விவசாயிகளிடையிலும் விவசாயத் தொழிலாளர் களிடையிலும் 'பிஎஸ்ஆர்' (BSR) என்று அறியப் பெற்ற பி.சீனிவாசராவ் பிறப்பால் தமிழரல்ல. ஆயினும் 1930 முதல் 1961 வரையில் தமிழ்நாட்டின் அரசியலில் நீண்ட காலம் இணைந்திருந்ததன் மூலம், அவர், தமிழ்நாடு விவசாயிகள் சங்கத்தின் சிற்பி என்று கருதப்படுகிறார். அவர் 1907 ஏப்ரல் 10-ஆம் தேதியன்று கர்நாடகத்தில் படகரா என்ற ஊரில் (அப்பொழுது சென்னை மாகாணத்தில் சேர்ந்திருந்தது) பிறந்தார். அவருடைய தகப்பனார் பெயர் ராமச்சந்திரராவ். சீனிவாசராவ் பங்களூரில் இன்டர்மீடியட் படித்தார்.

1930-இல் அவர் தமிழ்நாட்டுக்கு வந்தார். சென்னையில் அன்னியத்துணி பகிஷ்கார இயக்கத்தில் பங்கெடுத்துக் கொண்டார். ஜார்ஜ் டவுனில் தற்பொழுது சைனாபஜார் என்று வழங்கும் பகுதியில் அந்நியத் துணிகளை விற்பனை செய்யும் ஒரு பிரபல வியாபாரியின் கடையின் முன்னால் மறியல் செய்தார். அப்பொழுது அவர் மிருகத் தனமாகத் தாக்கப்பட்டதன் விளைவாக சுய-நினைவை இழந்தார். ஓர் இரக்க சுபாவமுள்ள குடும்பத்தினர் அவரது நிலைமையைக் கண்டு பரிதாபப்பட்டு அவரைத் தம் வீட்டுக்கு எடுத்துச் சென்று உதவி செய்து சில நாட்களுக்கு பாதுகாப்புக் கொடுத்தனர். அவர் அந்த நாட்களில் நல்ல உடலாரோக்கியத்துடன் இளம் ஜவான் மாதிரி இருந்தார். அந்த நாட்களின் பல காங்கிரஸ் தலைவர்கள், அவரை ஒரு போராடும் வீரர் என்றும் அசாத்தியத் துணிச்சல் உள்ளவர் என்றும் இன்றும் நினைவு கூர்கின்றனர். 1930-ஆம் வருடப் போராட்டத்திற்குப் பின் அவர் சிறை சென்றபோது, அங்குச் சென்னையில் முதலாவது கம்யூனிஸ்ட் ஆர்கனைசரான அமீர் ஹைதர்கானை அவர் சந்தித்தார். அவர் வாயிலாக அவர் இந்தியக் கம்யூனிஸ்ட் கட்சிக்கு வந்தார். அமீர் ஹைதர்கானுடன் அவருடைய முதலாவது சந்திப்பு, கானிடமிருந்து தான் தெரிந்து கொள்ள வேண்டியது எதுவுமில்லை என்று நினைக்கும்படிச் செய்தது. கான் அவருக்குக் கம்யூனிஸ்ட் அறிக்கையின் (Communist Manifesto) ஒரு பிரதியைக் கொடுத்தபோது, அது அரசியலில் தனக்கு அவ்வளவு உபயோகமாக இருக்காது என்று அவர் கருதினார். தான் ஒரு தீவிர தேசியவாதியாதலால், தனக்குப் போதிய அளவு அரசியல் தெரியும் என்று அவர் நினைத்தார். ஆனால் பின்னர், அவர் கம்யூனிஸ்ட்

அறிக்கையைப் படிக்கத் தொடங்கிய போது, தனது அறியாமையை உணர்ந்தார். அதன் பிறகு அவர் தன்னடக்கத்துடன் கானிடம் சென்றார். கம்யூனிஸ்ட் இயக்கத்தைப் பற்றியும், இந்திய அரசியலைப் பற்றியும் அவரிடமிருந்து நிறைய தெரிந்து கொண்டார். தலைமறைவு வாழ்க்கை பற்றிய நினைவுக் குறிப்புகளில் *(1947)*, அமீர் ஹைதர்கான் தான் தனது முதலாவது அரசியல் குரு என்று பிஎஸ்ஆர் குறிப்பிடுகிறார்.

1932-இல் அவர் சிறையிலிருந்து திரும்பி வந்தபோது, சென்னையில் காங்கிரசில் தீவிரமாக ஈடுபட்டார். தொழிற்சங்கங்களையும் நிறுவினார். *1934*-இல் அவர் காங்கிரஸ் சோஷலிஸ்ட் கட்சியில் சேர்ந்தார். அதே சமயத்தில் அவர் தலைமறைவுக் கம்யூனிஸ்ட் கட்சியிலும் உறுப்பினராக இருந்தார். அந்த நாட்களில் அவர் எண்ணற்ற தொழிலாளர் போராட்டங்களில் பங்கெடுத்துக் கொண்டார்.

1936-இல், தோழர் காட்டே, பம்பாய் மாகாணத்திலிருந்து வெளி யேற்றப்பட்ட பின்னர், சென்னைக்கு வந்தார். அவர் தொடங்கிய 'நியூஏஜ்' அச்சகத்திற்கு சீனிவாசராவ் மானேஜர் பொறுப்பேற்றுக் கொண்டார். *1936*-இல் சென்னையில் நியூஏஜ் என்ற ஆங்கில மாத இதழ் தொடங்கப் பட்டது. காட்டே தான் அதனுடைய ஆசிரியர். காட்டேயின் வழிகாட்டுதலின் கீழ் பிஎஸ்ஆர், ஜீவானந்தம், ஏஎஸ்கே, கே. முருகேசன், பி. ராமமூர்த்தி ஆகியோர் பணியாற்றி, சென்னையில் பல தொழிற்சங்கங்களைக் கட்டியமைத்தனர். மதராஸ்பிரஸ் ஒர்க்கர்ஸ், யூனியன், கள்ளிறக்கும் தொழிலாளர் சங்கம், பொடி (மூக்குப்பொடி) தொழிலாளர் சங்கம் முதலியன அவற்றில் சிலவாகும்.

1937-இல் தினமணி (தமிழ்) அச்சகத்தில் ஒரு வேலை நிறுத்தம் நடைபெற்றது. இந்தப் பத்திரிகையும் அச்சகமும் ராம்நாத் கோயங்காவுக்கு சொந்தமானதாகும். பிரபல பத்திரிகையாளர் டி.எஸ்.சொக்கலிங்கம் அதன் ஆசிரியராக இருந்தார். அச்சுத் தொழிலாளர்களின் உரிமைகளுக்காக அந்த வேலை நிறுத்தம் நீடித்து நடைபெற்றது. இந்தப் போராட்டம் சம்பந்தமாக சீனிவாசராவ் கைது செய்யப்பட்டு சிறையிலடைக்கப் பட்டார். சில மாதங்களுக்குப் பிறகு அவர் விடுதலை செய்யப்பட்டார்.

1940-இல் மீண்டும் யுத்த-எதிர்ப்புச் சொற்பொழிவுகளுக்காக அவர் கைது செய்யப்பட்டார். *1942* ஜுன் வரையில் அவர் சிறையிலிருந்தார். விடுதலைக்குப் பின்னர், தமிழ்நாட்டில் கட்சிக்கு ஒரு மாநில மையத்தை ஏற்பாடு செய்யும் பணியில் அவர் முழு மூச்சுடன் ஈடுபட்டார்.

1942 இறுதியில்தான் (அல்லது *1943* துவக்கத்தில்) தமிழ்நாட்டில் விவசாயிகள் சங்கத்தை நிறுவும் பொறுப்பை அவர் ஏற்றுக் கொண்டார்.

அந்த நாட்களில், விவசாயிகள் சங்கப் பணியை மேற்கொள்வதற்குக் கட்சியில் பலர் தயக்கம் காட்டினர். ஏனெனில் அது கிராமப்புறங்களில் கடுமையான பணியாக இருந்தது. அந்த நாட்களில் சங்கம் அமைப்பதற்கு விவசாயிகள் எந்த அளவுக்கு ஆதரவு அளிப்பார்கள் என்பது நிச்சயமாகச் சொல்லமுடியாத ஒரு விஷயமாக இருந்தது. ஏனெனில் அவர்கள் காங்கிரசின் செல்வாக்கின் கீழ் இருந்தனர். மேலும், தமிழ்நாட்டில் இது கட்சிக்கு ஒரு புதிய களப்பணியாகும். சீனிவாசராவ், இந்தப் பணியை ஒரு சவாலாக ஏற்று, தனது திறமையை நிரூபணம் செய்தார்.

இவ்வாறு, 1975 செப்டம்பர் 30-இல், அவர் மறைவின் 14ஆவது நினைவு நாளன்று, அவரது உடல் அடக்கம் செய்யப்பட்ட இடத்தில் ஒரு பெரிய கூட்டம் நடைபெற்ற போது திருத்துறைப்பூண்டியில் (தஞ்சை மாவட்டத்தில்) இரண்டு லட்சம் பேர் திரண்டனர். அந்த நாளில் விவசாயத் தொழிலாளர்களும் ஏழை விவசாயிகளும் நிறைந்த அந்தப் பேரணியினர் 20 அம்சத் திட்டத்தை நிறைவேற்றுவதற்குத் தங்களாலான எல்லா முயற்சியும் செய்வதாக உறுதிமொழி எடுத்துக் கொண்டனர்.

1943 முதல் 1946 வரையில், குத்தகைதாரர்கள், வாரதாரர்கள் மற்றும் விவசாயத் தொழிலாளர்களை ஸ்தாபன ரீதியாகத் திரட்டுவதற்காக அவர் தமிழ்நாட்டின் எல்லா மாவட்டங்களுக்கும் சுற்றுப் பயணம் மேற்கொண்டார். கிசான் சபா மற்றும் விவசாயத் தொழிலாளர் சங்க இயக்கத்திற்கு அவர் ஒரு பலமான அஸ்திவாரத்தைக் கட்டி அமைத்தார். அவர் ஸ்தல விவசாயிகள் மற்றும் விவசாயத் தொழிலாளர் போராட்டங்களுக்கு வழிகாட்டி, அவற்றில் நேரடியாகப் பங்கெடுத்துக் கொண்டார். அதனால்தான் பல கிராமங்களில் அவரை மக்கள் 'பிஎஸ்ஆர்' என்று பாசத்துடனும் மரியாதையுடனும் நினைவில் கொண்டுள்ளனர். விவசாயத் தொழிலாளி, வெகுஜனங்கள், குறிப்பாக மூத்த தலைமுறையினர். அவருடன் இருந்த பழைய நாட்களை நினைவு கூரும்போது, அவர்களுடைய கண்கள் பிரகாசமடைந்து, கண்ணீர் வழிவதை நாம் பார்க்க முடியும். தஞ்சாவூர் மாவட்டத்தில் அவர் ஒரு வீரபுருஷனாக, ஒரு வரலாறாகத் திகழ்கிறார்.

1946 டிசம்பரிலிருந்து 1947 ஆகஸ்டு வரையில் தமிழ்நாட்டில் கட்சியின் மீது கொடிய அடக்குமுறை கட்டவிழ்த்து விடப்பட்டது. விவசாயிகள் சங்கத்தை ஒழுங்கமைப்பதற்கும், கட்சிப் பணியை முன்னிட்டும் அவர் தலைமறைவாகச் சென்றார். அந்தக் கால கட்டத்தில் கிசான் சபாவுக்காகவும், விவசாயத் தொழிலாளர் அமைப்புகளுக்காகவும்

பல இளம் ஊழியர்களை அவர் உருவாக்கி வளர்த்தார். அவர்களில் சிலர் வேறு மாநிலத் தலைவர்களாக இருக்கின்றனர்.

1948-52 செக்டேரியன் காலகட்டத்தின் போது, அவர் தலைமறைவாக இருந்து, கட்சிக்காகவும், கிசான் சபாவுக்காகவும் கடுமையான பணியாற்றினார்.

1952-இல் அவர் வெளியே வந்தவுடன் தமிழ்நாட்டில் கட்சியையும், விவசாய சங்கப் பணியையும் புனரமைக்கத் தொடங்கினார். 1952லிருந்து 1957 வரையில் விவசாயிகள் பிரச்சினைகள் பற்றி அவர் பல பிரசுரங்களை எழுதினார். காங்கிரஸ் அமைச்சரவையின் சட்டங்கள், நடவடிக்கைகளை ,அலசி ஆராய்ந்தும் நூல்களை வெளியிட்டார்.

தமிழ்நாட்டில் விவசாயிகள் சங்கத்தின் பிரதான சிற்பி அவர்தான். 1943 லிருந்து 1958 வரையிலும் தமிழ்நாடு கிசான் சபாவுக்கு அவர் பொதுச் செயலாளராக இருந்தார். 1958 முதல் 1961 வரையில் அவர் அதன் தலைவராக இருந்து பணியாற்றினார்.

நிலச் சீர்திருத்தக் கொள்கை அறிவிக்கப்பட்டு, திட்டக் கமிஷன் சில வழிகாட்டு நெறிகளை வெளியிட்டபோது, அகில இந்திய கிசான் சபா ஒரு பெரிய இயக்கத்தை மேற்கொண்டது. தமிழ்நாட்டில் காங்கிரஸ் அமைச்சரவை, ஒரு குடும்ப யூனிட்டுக்கு 30 ஸ்டாண்டர்டு ஏக்கர்களை உச்சவரம்பாக நிர்ணயித்தது. அதில் தப்பிப்பதற்கான பல ஓட்டைகள் இருந்தன.

இதை எதிர்த்து தமிழ்நாடு மாநில விவசாயிகள் சங்கம் ஓர் இயக்கத்தைத் திட்டமிட்டது. 1960 ஏப்ரலில் இருந்து 1961 செப்டம்பர் வரையில் இந்த இயக்கம் கட்டம் கட்டமாக வளர்க்கப்பட்டது. இரண்டு பாத யாத்திரைகளுடன் இது தொடங்கியது. ஒன்று கன்னியாகுமரியி லிருந்து தொடங்கி, கிழக்குப் பகுதியில் நடைபெற்றது. மற்றொன்று - சீனிவாச ராவின் தலைமையில் கோயமுத்தூரிலிருந்து தொடங்கி தமிழ்நாட்டின் மேற்குப் பகுதி வழியாக நடைபெற்றது. இது சுமார் 300 மைல்கள் தூரத்தைக் கொண்டது. இது 21 நாட்கள் நடைபெற்றது. நூற்றுக்கணக்கான கிராமங்கள் வழியாகச் சென்றது. கூட்டங்களில், நிலச் சீர்திருத்தங்கள் சம்பந்தமான கிசான் சபாவின் ஆலோசனைகள் விளக்கிக் கூறப்பட்டன. 53 வயதில் இவ்வளவு நீண்ட தூரத்தை நடந்தே சென்று, எண்ணற்ற பொதுக் கூட்டங்களில் பேசுவது முதலியன எளிதான விஷயமல்ல. அவர் மகத்தான அரசியல் திராணி உடையவராக இருந்தார். அவர் ஆஸ்த்துமா நோய் உடையவராக இருந்தார். இருந்தபோதிலும் அவர் இந்தப் பணியை உத்வேகத்துடனும் உறுதியுடனும் ஆற்றினார்.

ஒன்றரை ஆண்டுக்கால இயக்கத்தின் முடிவில் 1961 ஆகஸ்டில், மாவட்டக் கலெக்டர் அலுவலகங்கள், தாலுகா அலுவலகங்கள் போன்ற மாநில அரசு அலுவலகங்களை விவசாயிகள் மறியல் செய்தனர். இந்த மாநிலந்தழுவிய போராட்டத்தில் 16,000 விவசாயிகளும் விவசாயத் தொழிலாளிகளும் சிறை புகுந்தனர். சிறை நிர்வாகமே குலைந்து போயிற்று. ஆயினும், மாநிலக் காங்கிரஸ் அமைச்சரவை பழிவாங்கும் நோக்கத்துடன் நடந்து கொண்டு, மறியலில் ஈடுபட்டவர்களுக்குப் பல்வேறு தண்டனைகளை வழங்கியது. சிறையில் போதிய மருத்துவ வசதிகள் வழங்கப்படாததால் நான்கு விவசாயத் தோழர்கள் மரணமடைந்தனர்.

இந்தப் போராட்டத்தின்போது, பல இடங்களில், போலீஸ்காரர் களால் விவசாய இளைஞர்கள் மிருகத்தனமாகத் தாக்கப்பட்டனர். சீனிவாசராவ் சத்தியாகிரகம் நடைபெற்ற எல்லா மையங்களுக்கும் விஜயம் செய்து, போராட்டத்தில் பங்கு கொண்டவர்களை உற்சாகப் படுத்தினார். சுற்றுப் பயணத்திற்குப் பிறகு அவர் ஓர் அறிக்கையை வெளியிட்டார். அந்த அறிக்கை இவ்வாறு கூறியது: “1930-ஆம் ஆண்டுகளில் நான் மறியலில் பங்கு கொண்டிருந்திருக்கிறேன். ஆனால் 1961-இல், முற்றிலும் ஒரு புதிய தலைமுறையை நான் கண்டேன். அதுவும், இளம் விவசாய மற்றும் விவசாயத் தொழிலாள இளைஞர்கள் போலீஸின் மிருகத்தனமான தாக்குதல்களை துச்சமாக மதித்துப் போராட்டத்தில் பங்கு கொண்டனர். இது எதிர்காலத்தைப் பற்றி நமக்கு நம்பிக்கை அளிக்கிறது. நமது வாழ்க்கை வீண்விரயமாகவில்லை. போலீசின் குண்டாந் தடிகளையும், பூட்சுகளையும் பொருட்படுத்தாது வீரமுடன் போராடி மகிழ்ச்சியுடன் சிறை புகுந்த இந்த இளைஞர்களைப் பற்றி நாம் பெருமைப்படுகிறோம். இந்தப் போராட்டம் வெற்றியடைந்து உள்ளது.”

இந்த அறிக்கையை வெளியிட்டு விட்டு, அவர் தஞ்சாவூருக்குச் சென்றார். அங்குப் போராட்டக் கமிட்டி கூடியிருந்தது. ஆஸ்த்துமா நோயின் காரணமாக மூச்சுத் திணறல் ஏற்பட்டு, அவருடைய நிலைமை மோசமாயிற்று. 1961 செப்டம்பர் 30-இல் அவருடைய மூச்சு நின்று போயிற்று.

மாநிலக் கட்சிக் கமிட்டியும் கிசான் போராட்டக் கமிட்டியும் அவருடைய உடலைத் திருத்துறைப்பூண்டியிலேயே அடக்கம் செய்வது என்று முடிவு செய்தன. முந்திய நாட்களில் அவர் பல போராட்டங்களுக்குத் தலைமை தாங்கிய இடம் அதுவாகும்.

அனைத்து அரசியல் கட்சிகளும் அவருக்கு அஞ்சலி செலுத்தின. கர்நாடகத்தில் பிறந்த அவர், விடுதலை இயக்கத்தில் பங்கு கொள்வதற்காகச் சென்னைக்கு வந்தார். இங்கு (தமிழ்நாட்டில்) கிசான் சபாவையும் விவசாயத் தொழிலாளர் சங்கத்தையும் அவர் கட்டி யமைத்தார். தனது மனைவியையும் மூன்று குழந்தைகளையும் கட்சியின் பாதுகாப்பில் அவர் விட்டுச் சென்றார்.

அவர் ஒரு காங்கிரஸ்காரராக, தொழிற்சங்கவாதியாக, ஒரு காங்கிரஸ்-சோஷலிஸ்ட் கட்சித் தலைவராக, பின்னர் ஒரு கம்யூனிஸ்ட் கட்சித் தலைவராக செயல்பட்டார்.

தமிழ்நாட்டில் கட்சிக்கு அவருடைய ஒப்பற்ற பங்களிப்பு சக்தி வாய்ந்த விவசாயிகள் இயக்கமாகும். அவருடைய அரசியல் வாழ்க்கையில் இரண்டாண்டுகள் சிறைவாசமும் ஐந்தாண்டுகள் தலைமறைவு வாழ்க்கையும் அனுபவித்துள்ளார். பல தடவை அவர் போலீசின் தாக்குதல்களுக்கு உள்ளாகியிருக்கிறார்.

அவர் பல திறமைகளைக் கொண்டிருந்தார். அச்சக நிர்வாகியாக இருந்தார். புத்தக நிறுவனத்தின் தலைவராக இருந்தார். கிசான் பிரச்சினைகள் சம்பந்தமாகத் தெளிவான ஞானம் படைத்த எழுத்தாளராக இருந்தார். யாவற்றுக்கும் மேலாக, அவர் ஒரு மிகத் திறமையான ஆர்கனைசராக இருந்தார். கட்டுப்பாடு மிக்க ஒரு கம்யூனிஸ்ட் தலைவராக இருந்தார். புதிதாகக் கட்சியில் வந்து சேருபவருக்குக்கூட அவர் ஒரு முன்மாதிரியாகத் திகழ்ந்தார். அவரது வாழ்க்கை கம்யூனிசத்தின் சேவையில் ஒரு புகழ்மிக்க வாழ்க்கையாகும்.

தமிழாக்கம் : வி.ராதாகிருஷ்ணன்

ப.ஜீவானந்தம்

- ப.மாணிக்கம்

1938இல், இந்திய தேசியக் காங்கிரஸ், நாட்டில் மேலும் மேலும் மக்களிடையே செல்வாக்குப் பெற்று வந்தபோது, திரு.சி.ராஜகோபாலாச்சாரி அவர்களை முதலமைச்சராகக் கொண்ட ஒரு காங்கிரஸ் அரசு சென்னை மாகாணத்தில் பதவி ஏற்றது.

அந்த ஆண்டில், காங்கிரசின் 39-ஆவது தமிழ்நாடு மாநில மாநாடு, மதுரை மாவட்டத்தில் வத்தலக்குண்டில் நடைபெற்றது. இந்த மாநாட்டில் அ.இ.காங்கிரஸ் கமிட்டிக்கு உறுப்பினர்கள் தேர்ந்தெடுக்கப்பட்டனர். அ.இ.கா.க.வுக்குத் தேர்ந்தெடுக்கப்படுவது மிகவும் மதிப்பு வாய்ந்ததாக அந்தக் காலகட்டத்தில் கருதப்பட்டது.

அந்த மாநாட்டில், அதிகம் பிரபல்யம் அடையாத ஒருவர், பிரபல தலைவர்களைக் காட்டிலும் அதிக வாக்குகள் பெற்று அ.இ.கா.க.வுக்குத் தேர்ந்தெடுக்கப்பட்டார். அவர் ப.ஜீவானந்தத்தைத் தவிர வேறு யாரும் அல்ல.

இது காங்கிரஸ் தலைவர்களுக்குப் பெரிய ஆச்சரியத்தை ஏற்படுத்தியது. "யார் இந்த ஜீவானந்தம்?" என்று ராஜகோபாலாச்சாரியார் கேட்டார்.

ஆம், யார் இந்த ஜீவானந்தம்?

மக்களிடையே பிரபலமாக 'ஜீவா' என்று அறியப்பட்டிருந்த ப.ஜீவானந்தம், கன்னியாகுமரி மாவட்டத்தில் பூதப்பாண்டி என்ற கிராமத்தில் 1907 ஜுன் 21இல் பிறந்தார். அவருடைய தந்தை பட்டன் பிள்ளை ஓர் ஏழை விவசாயி. அவருடைய அன்னையின் பெயர் உமையம்மை. ஆரம்பத்தில் ஜீவாவின் பெற்றோர்கள் அவருக்கு மூக்காண்டி என்று பெயரிட்டிருந்தனர். அவர்களுடைய குலதெய்வமாகிய சொரிமுத்து என்ற பெயராலும் அவர் அழைக்கப்பட்டார்.

பூதப்பாண்டியிலுள்ள ஆங்கில நடுநிலைப் பள்ளியில் ஜீவா தனது ஆரம்பக் கல்வியைக் கற்றார். உயர்நிலைப் பள்ளிக்கு அவர் தேர்வு பெற்ற போது, கணிதத்தைத் தனது விருப்பப்பாடமாக அவர் தேர்ந்தெடுத்தார்.

தனது மாணவப் பருவ நாட்களிலேயே தனது ஸ்தாபன அமைப்புத் திறமையை ஜீவா வெளிப்படுத்தினார். மாணவர் சமூகச் சேவைக்

கழகங்கள், நாடகக் குழுக்கள், நூலகங்கள், விளையாட்டுப் போட்டிகள் முதலியவற்றை ஜீவா ஏற்பாடு செய்தார்.

கலை, இலக்கியத்தின்பால் அவருடைய அளவற்ற ஈடுபாடு பல தடவை எடுத்துக்காட்டப்பட்டுள்ளது. விடுதலைப் போராட்டத்தையும் கதர் இயக்கத்தையும் சித்திரிக்கும் நூற்றுக்கணக்கான பாடல்களை அவர் இயற்றியுள்ளார். 'சுகுணராஜன் அல்லது சுதந்திரவீரன்' என்ற அவருடைய புதினம் (நாவல்) அவருடைய மாணவ நாட்களின்போது எழுதப்பட்டது.

நாட்டின் விடுதலைக்காகவும், சமூகத்தில் நிலவிய வறுமை, சாதிப்பாகுபாடுகள் போன்ற தீமைகளை ஒழித்துக் கட்டுவதற்கும் தேசிய இயக்கத்தில் வந்து சேரும்படி நாட்டு மக்களுக்கு மகாத்மா காந்தி விடுத்த அறைகூவல் ஜீவாவின் மீதும் தாக்கத்தை ஏற்படுத்தியது. தேசிய இயக்கத்தின் பிரதான நீரோட்டத்தில் அவர் ஈர்க்கப்பட்டார்.

முன்னாள் திருவிதாங்கூர் சமஸ்தானத்தில் 1927-இல் நடைபெற்ற வைக்கம் சத்தியாக்கிரக இயக்கத்தில் அவர் பங்கேற்றார். பிற சத்தியாக்கிரகிகளைப் போலவே, ஜீவாவும் சநாதன ஜாதி இந்துக்களால் மிருகத்தனமாகத் தாக்கப்பட்டார்.

பின்னர் அவர் சேரமாதேவியிலிருந்த பரத்வாஜ் ஆசிரமத்தில் சேர்ந்து, அங்குப் பணியாற்றத் தொடங்கினார். தேசிய இயக்கத்தின் பிரபல தலைவர்களில் ஒருவராகிய வ.வே.சு.அய்யரால் அது நடத்தப்பட்டு வந்தது.

அந்த ஆசிரமத்தில் அவர் சேர்ந்தபோது பிராமணரல்லாத மாணவர்களுக்குச் சாப்பிடுவதற்குத் தனியிடம் ஒதுக்கப் பட்டிருந்ததையும், மேலும் பல விஷயங்களில் அவர்களுக்கு எதிராகப் பாகுபாடு காட்டப் பட்டு வந்ததையும் கண்டார். இதை ஜீவாவினால் சகித்துக் கொள்ள முடியவில்லை. எனவே இந்தப் பாகுபாட்டை எதிர்த்து ஈ.வே.ராமசாமி, டாக்டர்.பி.வரதராஜுலு நாயுடு முதலியோருடன் சேர்ந்து ஜீவாவும் ஆட்சேபக் குரல் எழுப்பினார். இந்தப் போராட்டத்தின் விளைவாக சாதி-இந்து வெறியர்கள் அந்த ஆசிரமத்தையே மூடிவிட்டனர்.

இதைக் கண்டு மனம் தளராத ஜீவா, தன்னுடைய கூட்டாளிகளின் உதவியுடன், ராமநாதபுரம் மாவட்டத்தில் காரைக்குடி அருகில் சிராவயல் என்ற இடத்தில் ஒரு புதிய ஆசிரமத்தைத் தோற்றுவித்தது இந்து வெறியர்களுக்கு ஒரு சரியான பதிலடியாக அமைந்தது. அது தொடங்கப்பட்ட பின் வெகுவிரைவிலேயே, ஜீவாவின் முன்முயற்சியின் பயனாக, அந்த

ஆசிரம வளாகத்தில் தேசியக்கல்வி புகட்டும் பள்ளிகளும், இரவுப் பள்ளிகளும், நூல் நூற்கும் பகுதிகளும் தொடங்கப்பட்டன.

1930-இல், பிரபலமான உப்புச் சத்தியாகிரக இயக்கம் தொடங்கப் பட்ட போது, தஞ்சை மாவட்டம் வேதாரண்யத்தில் அதில் பங்கு கொள்வதற்கு ஜீவா ஆவலுடனிருந்தார். ராஜகோபாலாச்சாரி (ராஜாஜி) தலைமையில் இந்த சத்தியாகிரகம் நடைபெற்றது. ஆனால், அவர் இல்லாமல் போனால், ஆசிரமத்தின் செயல்பாடு பாதிக்கப்படுமென்று கூறி, ஜீவாவின் சகாக்கள், அவர் அதில் கலந்து கொள்ள வேண்டாம் என்று கேட்டுக் கொண்டனர்.

சாதி அமைப்பு மற்றும் சாதிப்பாகுபாட்டின்பால் ஜீவாவுக்கு இருந்த வெறுப்பின் விளைவாக, சுயமரியாதை இயக்கத்தின்பால் அவர் ஈர்க்கப்பட்டார். பெரியார் ஈ.வே.ரா இந்த இயக்கத்தின் கதாநாயகர் என்று கருதப்பட்டார். அவருடைய தலைமையின்கீழ், ஜீவா அந்த இயக்கத்தில் தீவிரமாகப் பங்கெடுத்துக் கொண்டார். விரைவில் அவர் அந்த இயக்கத்தின் பிரபலமான பிரசாரகரானார்.

1930-இல் ஈரோட்டில் நடைபெற்ற சுயமரியாதை இயக்கத்தின் வரலாற்றுச் சிறப்பான மாநாட்டில் ஜீவா பங்கேற்றார். அந்த மாநாட்டில் பேசும்போது, சாதிப் பாகுபாட்டை வன்மையாக எதிர்க்கின்ற அந்த இயக்கத்தின் செயல் வீரர்களுக்கு எதிராக மிருகத் தனமான தாக்குதல்கள் கட்டவிழ்த்து விடுவதைக் கண்டனம் செய்தார். ஈரோட்டில்தான் சிங்காரவேலு செட்டியாரின் முன்வரைவை அடிப் படையாகக் கொண்டு, ஒரு சோஷலிஸ வேலைத் திட்டம் ஏற்றுக் கொள்ளப்பட்டது.

சுயமரியாதை இயக்கத்தினால் நடத்தப் பெற்ற இதழ்களில், அதாவது குடியரசு, பகுத்தறிவு, சமதர்மம், புரட்சி- ஆகியவற்றில் ஜீவாவின் கட்டுரைகள் வெளிவந்தன. இவை மக்களின் முற்போக்கான பகுதிகளின் மீது, குறிப்பாக, இளைஞர்கள் மீது ஒரு நல்ல தாக்கத்தை ஏற்படுத்தின.

ஒப்பற்ற புரட்சியாளர் பகத்சிங் எழுதிய 'Why I became an Athist?' என்ற புத்தகத்தைத் தமிழில் ("நான் ஏன் ஒரு நாத்திகனானேன்?") மொழி பெயர்த்து வெளியிட்டதற்காக பிரிட்டிஷ் ஏகாதிபத்தியவாதி களால் 1931-இல் மீண்டும் ஜீவா கைது செய்யப்பட்டார்.

பிரிட்டிஷ் ஆட்சியாளர்களின் நடத்தையின் விளைவாக, படுகேஸ்வர்தத், குந்தன்லால் போன்ற பகத்சிங்கின் தோழர்கள் மற்றும்

மகத்தான புரட்சியாளர்களையும், வங்காளப் புரட்சியாளர் ஜீவன்லால் ஜோஷியையும் சந்திக்கும் பொன்னான வாய்ப்பு ஜீவாவுக்குக் கிடைத்தது. அவர்கள் சோஷலிஸம், கம்யூனிசம் மற்றும் சோவியத் யூனியனைப் பற்றிய புத்தகங்களை அவருக்கு அறிமுகம் செய்து வைத்தார்கள். இவ்வாறு அவர் புரட்சியாளர்களால் சிறையில் அறிமுகம் செய்து வைத்த நூல்களிலிருந்தும், அவர்களுடன் நேரடியான விவாதங்களிலிருந்தும் அவருடைய பல வினாக்களுக்கு விடை காண முடிந்தது.

சிறையிலிருந்து விடுதலையானவுடன் ஜீவா, சுயமரியாதை இயக்கத்தின் கோட்டையாகிய ஈரோட்டில் 'நவஜவான்' (நவஜீவன்) மாநாட்டைக் கூட்டினார். அந்த மாநாட்டிற்கு மூத்த விடுதலைப் போராளியான ஜதின்தாஸின் சகோதரர் கிரன்தாஸ் தலைமை தாங்கினார்.

மார்க்சியம்-லெனினியத்தை ஜீவா பயின்றதும், முதலாவது சோஷலிச நாடாகிய சோவியத் யூனியன்பால் அவர் கொண்டிருந்த பாசமும் அவருடைய அரசியல் நடவடிக்கைகளில் ஒரு புதிய திருப்பத்தை ஏற்படுத்துவதற்கு அவருக்கு உதவின. ஜமீந்தாரி-எதிர்ப்பு, பணக்கார-எதிர்ப்பு, லேவாதேவி-எதிர்ப்பு மாநாடுகளை அவர் கூட்டுவதற்குத் தொடங்கினார். இவ்வாறு அவர் சுயமரியாதை இயக்கத்தை தீவிரப்படுத்துவதற்கு முயன்றார். கம்யூனிஸ்டுகளுடனும் ஜீவா தொடர்புகளை ஏற்படுத்திக் கொண்டார். இந்த மாகாணத்தில் கம்யூனிஸ்ட் இயக்கத்தின் முன்னோடிகளில் ஒருவரான சிங்காரவேலுவும் அவர்களில் ஒருவர். சக்ளத் வாலாவின் உதவியுடன், பெரியார் ஈ.வே.ராமசாமியை சோவியத் யூனியனுக்கு ஓர் ஆய்வுப் பயணத்திற்காக அனுப்புவதற்கு சிங்காரவேலு ஏற்பாடுகளைச் செய்திருந்தார்.

சுயமரியாதை இயக்கத்தில் இந்த வளர்ச்சிகளையெல்லாம், அந்த இயக்கத்திலிருந்த முற்போக்குப் பகுதிகள் வரவேற்றன. ஆயினும், சர் ஆர்.கே.சண்முகம் செட்டியார் தலைமையிலான ஆதிக்க நலன்களைக் கொண்ட ஒரு குழுவினர் அந்த இயக்கத்தில் இந்தத் தீவிர மாற்றங்கள் ஏற்படுவதைத் தடுக்க முயன்றனர்.

இந்த நிலைமையில், தனது முற்போக்குக் கருத்துக்களுடன் அந்த இயக்கத்தில் தான் தொடர்ந்து இருக்க முடியாது என்பதை ஜீவா உணர்ந்து, அதிலிருந்து வெளியேறுவதென்று முடிவு செய்தார்.

அந்த ஸ்தாபனத்திலிருந்து வெளியேறியபின், சோஷலிஸப் பதாகையின் கீழ் செயலூக்கமுள்ள ஆயிரக்கணக்கான இளைஞர்களைத் திரட்டும் நோக்கத்துடன் சுயமரியாதை சோஷலிஸ்டுக் கட்சியை அவர்

தொடங்கினார். மாகாணம் முழுவதும் அவர் சுற்றுப்பயணம் செய்து, 1938-இல் திருச்சியில், புதிய கட்சியின் முதலாவது மாநாட்டை நடத்தினார். இந்த மாநாட்டில் எஸ்.ஏ.டாங்கே பங்கெடுத்துக் கொண்டது மிகுந்த முக்கியத்துவம் வாய்ந்ததாகும். சுயமரியாதை சோஷலிஸ்ட் கட்சியினர் தேசிய இயக்கத்தின் பொது மேடையான தேசியக் காங்கிரசில் சேர வேண்டுமென்றும் காங்கிரஸ் சோஷலிஸ்டு களாக அவர்கள் செயல்படவேண்டுமென்றும் இந்த மாநாட்டில் டாங்கே ஆலோசனை கூறினார். அப்பொழுதுதான் தேசிய இயக்கத்தைத் தீவிரப்படுத்த முடியும் என்றார் அவர்.

இந்த மாகாணத்தில் கட்சியைக் கட்டியமைப்பதற்காக, இந்தியக் கம்யூனிஸ்ட் கட்சியின் மத்தியக் கமிட்டியினால் 1936-இல் எஸ்.வி. காட்டே சென்னைக்கு அனுப்பப்பட்டது இங்கு குறிப்பிடப்பட வேண்டும். பி.சுந்தரய்யா, ஏ.எஸ்.கே. மற்றும் பி.சீனிவாசராவுடன் இணைந்து அவர் சென்னையில் செயல்படத் தொடங்கினார்.

காங்கிரஸ் சோஷலிஸ்ட் கட்சியின் முதலாவது மாகாண மாநாடு 1936-இல், சேலத்தில் தினகர் மேத்தா தலைமையில் நடைபெற்றது. ஜீவா, அதனுடைய பொதுச் செயலாளராகத் தேர்ந்தெடுக்கப்பட்டார். காங்கிரஸ் சோஷலிஸ்ட் கட்சி (சிஎஸ்பி) தான், கம்யூனிஸ்ட் தலைவர் களுடன் ஜீவா நெருக்கமான தொடர்புகளை ஏற்படுத்திக் கொள்வதற்கு வகை செய்தது.

தொழிலாளி வர்க்கத்தை அமைப்பு ரீதியாகத் திரட்டுவதன் முக்கியத்துவத்தை சிஎஸ்பி வலியுறுத்தியதன் பயனாக, சென்னை மாகாண தொழிற்சங்கக் காங்கிரஸ் (எம்பிடியுசி) 1936-இல் தோற்றுவிக்கப்பட்டது. அதற்கு ஜீவா தலைவராகவும் பி.சுந்தரய்யா செயலாளராகவும் தேர்ந்தெடுக்கப்பட்டனர். அந்தச் சமயத்தில் ஜீவா சி.பி.ஐ.யில் சேர்ந்திருந்தார்.

1937-இல் பொதுத் தேர்தல் வந்தபோது, ஜீவா மாகாணம் முழுவதும் தீவிர சுற்றுப் பயணம் மேற்கொண்டு, ஜஸ்டிஸ் கட்சியின் ஏகாதிபத்திய - சார்புக் கொள்கையை அம்பலப் படுத்தினார். காங்கிரஸ் கட்சி பெருவாரியான பெரும்பான்மையுடன் தேர்தலில் வெற்றி பெற்றது. ஆயினும், மந்திரிசபைகள் அமைப்பதற்கான காங்கிரசின் முயற்சிக்கு ஜீவா ஆதரவளிக்கவில்லை. இந்த மாகாணத்தில் காங்கிரஸ் மந்திரிசபை அமைக்கப்பட்ட பிறகு, முன்னென்றும் கண்டிராத தொழிலாளி வர்க்கப் போராட்டங்கள் வெடித்தன. அவற்றில் பல போராட்டங்களைத் தலைமை தாங்கி நடத்தியதற்காக ஜீவா கைது செய்யப்பட்டார்.

யாவற்றுக்கும் மேலாக, மிகவும் வியப்புக்குரியது என்னவெனில், தொழிலாளி வர்க்கப் போராட்டங்களுக்கு வழிகாட்டியதற்காக 1939-இல் காங்கிரஸ் கட்சி ஜீவாவுக்கு எதிராக ஒழுங்கு நடவடிக்கை எடுத்துக் கொள்வதற்குத் துணிந்தது.

1939 செப்டம்பர் 3-இல் இரண்டாவது உலகப் போர் வெடித்த போது இந்த நாட்டில் பல அரசியல் கட்சிகளின் மெய்யான சொரூபத்தை அம்பலப்படுத்தியது. பெரும்பாலான அரசியல் கட்சிகளில் அவற்றின் தலைவர்களின் சொல்லுக்கும் செயலுக்கும் சம்பந்தமில்லாதிருப்பதை ஜீவா கண்டார். இந்தப் போர் ஓர் ஏகாதிபத்தியப் போர் என்ற சி.பி.ஐ.யின் நிலையையும் கட்சியின் எதிர்கால வேலைத்திட்டத்தையும் அவர் ஆதரித்தார்.

காங்கிரஸ் கட்சி, அது எல்லா யுத்தங்களையும் எதிர்ப்பதாக அறிவித்த அதே சமயத்தில், அதனுடைய செயல்பாடு வெறும் தனி நபர் சத்தியாக்கிரகமாக மட்டுமே இருப்பதையும் அவர் கண்டார்.

ஜஸ்டிஸ் கட்சியின் தலைவர்களும் முஸ்லிம் லீக்கின் தலைவர்களும் யுத்தத்திற்கு ஆதரவு அளித்து வருவதையும் ஜீவா கண்டார்.

அதைத் தொடர்ந்த ஆண்டுகளில் சென்னை மாகாணத்தில் கம்யூனிஸ்டு களுக்கு எதிராக பிரட்டிஷ் ஆட்சியாளர்கள் கட்டவிழ்த்துவிட்ட மிருகத் தனமான அடக்குமுறையின் பின்னணி இதுதான். இத்தகைய ஒரு நெருக்கடியான நேரத்தில் ஜீவா, மிகுந்த சிரமத்திற்கிடையில், 1937-இல், 'ஜனசக்தி' என்ற ஒரு சோஷலிஸ்டு வார இதழைத் தொடங்குவதில் வெற்றியடைந்தார். இந்த மகத்தான முயற்சியில் எஸ்.வி.காட்டே, ஏ.எஸ்.கே., பி.சீனிவாசராவ், பி.ராமமூர்த்தி, கே.முருகேசன் ஆகியோர் ஜீவாவுக்குத் துணையாகச் செயலாற்றினர்.

'ஜனசக்தி' உயிர் வாழ்வதற்கே போராட்டம் நடத்த வேண்டி யிருந்தது. ஏனெனில், பல அச்சக உரிமையாளர்கள், போலீஸ் தொந்தரவுக்கு பயந்து, அதை அச்சடிப்பதற்கு மறுத்தனர். எனவே, தனது சொந்த அச்சகத்தை நிறுவுவதற்காக, ஒரு நிதி திரட்டுவதற்கு முடிவு செய்யப் பட்டது. அதற்கு உழைப்பாளி மக்கள் தாராளமாக நிதி உதவினர். ஆனால் சி.பி.ஐ.க்கு எதிரான ஒரு பொதுவான தாக்குதலின் ஒரு பாகமாக பிரிட்டிஷ் ஏகாதிபத்தியவாதிகள் மீண்டும் மீண்டும் ஜனசக்தியைத் தாக்குதலுக்கு உள்ளாக்கினர்.

இதற்கிடையில் போரை எதிர்த்ததற்காக கம்யூனிஸ்ட் கட்சித் தலைவர்கள் கைது செய்யப்பட்டனர். யுத்தத்தைக் கண்டனம் செய்து

பேசியதற்காக *1939* அக்டோபர் *8*-இல் ஜீவா கைது செய்யப்பட்டார், தனது விடுதலைக்குப் பிறகு அவர், மங்களூரில் எஸ்.வி. காட்டேயைச் சந்திப்பதற்கு முயன்றார்.

ஜீவா ஏற்கனவே கம்யூனிஸ்ட் கட்சியில் சேர்ந்து விட்டதாகவும், சிவப்புப் பதாகையின் கீழ் அவர் ரகசியமாகச் செயல்பட்டு வருவதாகவும் அரசு முடிவுக்கு வந்தது. எனவே, அது காட்டேயை சந்திப்பதற்கு ஜீவாவை அனுமதிக்கவில்லை. எனவே, மாகாணத்தைவிட்டு வெளியேறும்படி *1940* ஜனவரி *11*-இல் அரசு ஜீவாவுக்கு உத்தரவிட்டது. பாண்டிச்சேரிக்கு செல்வதற்கு அவர் செய்த முயற்சியையும் ஏகாதிபத்தியவாதிகள் தடை செய்தனர். பின்னர் ஜீவா பம்பாய்க்குச் சென்றார். அங்கு அவர் கைது செய்யப்பட்டு பைகுல்லா சிறைக்குக் கொண்டு போகப்பட்டார். அங்குச் சிறிது காலம் இருந்ததற்குப்பின், அவர் வேலூர் சிறைக்குக் கொண்டு வரப்பட்டார்.

வேலூர் சிறையில், *1940* மார்ச்சில், காட்டே உள்ளிட்டு, அனேகமாக எல்லா சி.பி.ஐ. தலைவர்களையும் ஜீவாவினால் சந்திக்க முடிந்தது. சிறையில் கம்யூனிஸ்டு ஒருங்கிணைப்புக் குழு அமைக்கப் பட்டது. பல தீவிர தேசியவாதிகளை அக்குழுவிற்கு ஜீவா கொண்டு வந்து சேர்த்தார். ஹிட்லர் சோவியத் யூனியனின் மீது படையெடுத்த போது, யுத்தத்தில் ஒரு புதிய திருப்பம் ஏற்பட்டது. இந்தியக் கம்யூனிஸ்டுகள் அனைவரும் *1942*-இல் விடுதலை செய்யப்பட்டனர். ஆயினும், பிற கம்யூனிஸ்டுத் தலைவர்களோடு விடுதலை செய்யப்பட்ட ஜீவா, உடனேயே போலீசாரால் கைது செய்யப்பட்டு, திருவாங்கூர் சுதேச சமஸ்தானத்திற்குக் கொண்டு போகப்பட்டார். அங்கு அவருடைய பூதபாண்டி கிராமத்தைவிட்டு வெளியே எங்கும் போகக் கூடாதென்று அவருக்குத் தடை உத்தரவு விதிக்கப்பட்டது. சென்னை மாகாணத்தில் அவருடைய கம்யூனிஸ்ட் நடவடிக்கைகளைத் தடுக்கும் முயற்சியில் இவ்வாறு கட்டுப்படுத்தப்பட்டார்.

காந்தி ஜெயந்தி விழாவில் உரை நிகழ்த்தியதற்காக அவருக்கு ரூ.*500*/- அபராதம் விதிக்கப்பட்டது. அப்பொழுது அது சட்ட விரோத மானதாகக் கருதப்பட்டது. உயர்நீதிமன்றம் - அவரை விடுதலை செய்தபோதிலும் திருவனந்தபுரம் சிறையில் அவர் *6* மாதம் இருக்க நேர்ந்தது. பூதப்பாண்டி கிராமத்தைவிட்டு வெளியே செல்லக் கூடாது என்ற தடை உத்தரவு (internment order) *1944*-இல் காலாவதி ஆயிற்று. ஆயினும் சென்னை மாகாணத்திற்குள் பிரவேசிக்கக் கூடாதென்ற உத்தரவு *1945* வரையில் ரத்து செய்யப்படவில்லை.

இதற்கிடையில், இந்தச் சந்தர்ப்பத்தைப் பயன்படுத்திக் கொண்டு, இளைஞர் அமைப்புகள், தொழிற்சங்கங்கள், விவசாயிகள் சங்கங்கள் முதலியவற்றைக் கட்டியமைத்து, திருவிதாங்கூர் எதேச்சதிகார ஆட்சிக்கு எதிராக மக்களைத் திரட்டும் பணியில் அவர் ஈடுபட்டார்.

ஆயினும், 1945 அக்டோபர் 5-இல் தடை உத்தரவு காலாவதியான போது ஜீவா சென்னைக்கு வந்து, சி.பி.ஐ.யின் மாகாணக் கமிட்டியின் ஓர் உறுப்பினராகச் செயல்படத் தொடங்கினார். 1948-இல் அவர் மீண்டும் கைது செய்யப்பட்டு, 1951 வரையில் சிறையில் இருந்தார். சிறைக்குள், அவர், கட்சியின் ரணதேவ் (ரணதிவே) தலைமையின் செக்டேரியன் பாதையை விமர்சனம் செய்து ஒரு புதிய கொள்கை வழிக்காகப் பாடுபட்டார்.

1951-இல் கட்சி சட்டபூர்வமாக்கப்பட்டபோது ஜனசக்தி மீண்டும் வெளியிடப்பட்டது. வாராந்திர இதழ், 1952 பொதுத் தேர்தலுக்கு முன்பாகத் தினசரியாக மாற்றப்பட்டது. அது சி.பி.ஐ. வேட்பாளர்களுக்காகத் தீவிரமாகப் பிரசாரம் செய்தது.

வெகுஜன ஸ்தாபனங்களை அமைப்பதில் ஜீவாவின் வெற்றியும் போராட்டங்களில் வெகுஜனங்களைத் திரட்டுவதில் அவருடைய திறமையும் தன்னிகரற்றதாகவும் மகத்தானதாகவும் இருந்தது.

1932ஆம் ஆண்டிலிருந்து உழைக்கும் மக்களின் நியாயமான கோரிக்கைகளை அடிப்படையாகக் கொண்ட பல போராட்டங்களை அவர் தலைமை தாங்கி நடத்தியுள்ளார். ஜீவாவும் ஏ.எஸ்.கே., பி.சுந்தரய்யா போன்ற பிற தொழிற்சங்கத் தலைவர்களும் 'தொழிலாளர் பாதுகாப்பு சங்கம்' (Labour Protection League) என்ற ஓர் அமைப்பை நிறுவுவதில் பெரும் பங்காற்றினர். 1934-இல் அமீர்ஹைதர் கான் தொடங்கிய மார்க்சீய இளைஞர் சங்கம் (Young Marxist League) பிரிட்டிஷ் ஏகாதிபத்தியவாதிகளால் தடைசெய்யப்பட்ட போது இது நிறுவப்பட்டது. இந்த சங்கத்தின் முன் முயற்சியின்பேரில், 1935-இல் சென்னையில் அகில இந்திய அச்சுத் தொழிலாளர் மாநாடு நடத்தப் பெற்றது. எஸ்.வி.காட்டே போன்ற அகில இந்தியத் தலைவர்களும் இந்த மாநாட்டில் பங்கு கொண்டனர்.

1937-இல் கோவை மில் தொழிலாளர் சங்கத்தை ஜீவா நிறுவினார். பின்னர் அவர் ஏற்பாடு செய்த வேலை நிறுத்தத்தில் 30,000க்கு மேற்பட்ட தொழிலாளர்கள் பங்கெடுத்துக் கொண்டனர்.

மேலும், அவருடைய முன் முயற்சியின் பேரிலேயே, தென்பிராந்திய ரயில்வே ஊழியர் சங்கமும் 1937-இல் செயல்படத் தொடங்கியது.

சங்கத்தைத் திருத்தியமைப்பதற்காக ஒரு மாநாடு நடத்தப் பெற்றது. அதில் மற்றவர்களோடு ஜீவா, முஸாபர் அகமது, ஏ.எஸ்.கே. ஆகியோர் உரை நிகழ்த்தினர். சிறிது காலத்திற்குள் 35,000க்கு மேற்பட்ட உறுப்பினர்கள் அதில் அங்கத்தினர்களாகச் சேர்க்கப்பட்டனர். 1946-இல் இந்தச் சங்கத்தைச் சேர்ந்த தொழிலாளர்கள், தற்போதைய சி.பி.ஐ மாநிலக் கமிட்டியின் செயலாளரான எம்.கல்யாணசுந்தரத்தின் திறமையான வழிகாட்டுதலின் கீழ் 60 நாள் வேலை நிறுத்தத்தை நடத்தினர்.

மதுரை பஞ்சாலைத் தொழிலாளர்களுக்கும் அவர் வழி காட்டினார். பஞ்சாலை நிர்வாகங்களுக்கு எதிராக அவர்கள் வீரம் செறிந்த போராட்டங்களை நடத்தினர். போட்டிச் சங்கங்களின் அனைத்துச் சீர்குலைவு முயற்சிகளையும் தோற்கடித்தனர்.

இது போன்றே ஜீவா, கள்ளிறக்கும் தொழிலாளர்கள், மோட்டார் தொழிலாளர்கள், டிராம்வேத் தொழிலாளர்கள், அச்சுத் தொழிலாளர்கள் ஆகியோரையும் தொழிற்சங்கங்களில் ஒருங்கமைத்து செங்கொடியின் கீழ் அவர்களுடைய பல உறுதிமிக்கப் போராட்டங்களை நடத்தியுள்ளார்.

1946 பிப்ரவரியில், ராயல் இந்தியக் கப்பற்படை (RIN) வீரர்களின் வரலாற்று முக்கியத்துவம் வாய்ந்த எழுச்சியின் போது, கப்பற்படை மாலுமிகளின் போராட்டத்திற்கு ஆதரவு தெரிவிக்கும் வகையில் சென்னை மாநகரத் தொழிலாளர்கள் ஒரு பொது வேலைநிறுத்தம் நடத்தினர். அந்த நாளில் ஜீவாவின் தலைமையின் கீழ் நடைபெற்ற ஒரு மாபெரும் ஊர்வலத்தைச் சென்னைவாசிகள் கண்டனர்.

ஊர்வலம் சென்னை பி அண்ட் சி மில்லுக்கு அருகில் வந்து கொண்டிருந்தபோது, காவல்துறையினர் அதைத் தடுத்து நிறுத்த முயன்றனர். அவர்கள் கலைந்து போகாவிட்டால் அவர்களைச் சுட நேரிடும் என்று தொழிலாளர்களுக்கு எச்சரிக்கை விடுத்தனர், ஊர்வலத்தின் முன்னணியிலிருந்த ஜீவா, திடீரென்று போலீசார் நின்று கொண்டிருந்த இடத்திற்கு முன்னேறி வந்து, தாங்கள் முன்னேறிச் செல்ல உறுதி பூண்டிருப்பதாகக் கூறி, தன் நெஞ்சைத் திறந்து காட்டி, முதலில் தன்னைச் சுடும்படி போலீஸ்காரர்களுக்கு சவால் விடுத்தார். போலீசார் அதிர்ந்து போய், வேறு வழியில்லாமல் பின்வாங்கிச் சென்றனர். தொழிலாளர்கள் வெற்றி முழக்கம் செய்து கொண்டு முன்னேறிச் சென்றனர்.

ஜீவா நடத்திய மற்றொரு குறிப்பிடத்தக்கப் போராட்டம், 1959-இல் காங்கிரஸ் அரசின் உணவுக் கொள்கைக்கு எதிராக நடத்தப்பட்டதாகும்.

நவம்பர் 15 முதல் 22 வரை கண்டன வாரம் கடைப்பிடிப்பதற்கு மாநிலத்திலுள்ள அனைத்து எதிர்க்கட்சிகளையும் ஒன்று திரட்டுவதற்கு அவர் முன் முயற்சி எடுத்துக் கொண்டார். இந்த உறுதிமிக்கப் போராட்டம் அரசின் உணவுக் கொள்கையில் ஒரு மாற்றத்தை ஏற்படுத்தியது.

1960-இல் கோவா மக்களின்மீது போர்த்துகீசியக் காலனி யாதிக்கவாதிகள் நடத்திய அட்டூழியங்களுக்கு எதிராகக் கண்டனம் தெரிவிப்பதற்கு ஆயிரக்கணக்கான மக்களைத் திரட்டியதற்கான பெருமை ஜீவாவையும் கம்யூனிஸ்ட் கட்சியையுமே சாரும்.

1952 முதல் 1957 வரை சட்டப் பேரவை உறுப்பினர் என்ற வகையில் உழைக்கும் மக்களின் கோரிக்கைகளுக்காகப் போராடுவதில் ஜீவா ஒரு பெருமைமிக்கப் பாத்திரத்தை வகித்தார்.

1962-இல் சீன ஆக்கிரமிப்பின்போது, அந்தச் செயலைக் கண்டனம் செய்வதற்கு ஜீவா தயங்கவில்லை. சீனாவின் ஆக்ரமிப்பு இந்தியாவின் சுதந்திரத்திற்கும் இறையாண்மைக்கும் ஓர் அச்சுறுத்தல் என்பது மட்டுமன்றி, அது சமாதான சகவாழ்வு என்ற சோஷலிஸ்ட் கொள்கைக்கும் எதிரானதாகும் என்பதை அவர் அறிந்திருந்தார். எனவே அவர் மாநிலம் முழுவதிலும் தீவிர சுற்றுப்பிரயாணம் செய்து, நூற்றுக்கணக்கான பொதுக்கூட்டங்களில், மக்களுக்குக் கட்சியின் கொள்கையை விளக்கிப் பேசினார். ஒரு சில கட்சித் தலைவர்கள் பீகிங்கின் நடவடிக்கையை நியாயப்படுத்திப் பேச முயன்றபோது. அவர்களின் நிலைக்கும் கட்சிக் கொள்கைக்கும் சம்பந்தமில்லை என்று ஜீவா அறிவித்தார்.

கலை, இலக்கியத்தின் மீது ஜீவாவின் ஈடுபாடு எல்லையற்றது, தமிழ்மொழியை செழுமைப்படுத்துவதில் அவர் யாருக்கும் இளைத்தவராக இருந்ததில்லை.

நசிந்து வரும் பூர்ஷுவா கலை, இலக்கியத்திற்கு எதிராக ஜீவா போராடி வந்தார். கோடிக்கணக்கான உழைப்பாளி மக்களின் மெய்யான வாழ்க்கையைச் சித்திரிக்கும் இலக்கியத்தைப் படைக்குமாறு அவர் அடிக்கடி தமிழ் எழுத்தாளர்களுக்கும் கலைஞர்களுக்கும் அறைகூவல் விடுத்தார்.

கலை, இலக்கியம் சம்பந்தமாக ஜீவா நூற்றுக்கணக்கான கட்டுரைகளை எழுதியுள்ளார். தொழிலாளி வர்க்கத்தின் துன்ப துயரங்களைப் பற்றி நூற்றுக்கணக்கான பாடல்களை எழுதியுள்ளார். அவற்றில் பல பாடல்கள் இன்றும் கூட மக்களிடையில் பிரபலமாக

இருந்து வருகின்றன. 1937 கோவை பஞ்சாலைத் தொழிலாளர் போராட்டத்தின்போது, அவர் இயற்றிய தொழிலாளர்களின் நிலைமையைச் சித்திரிக்கும் பாடல் இன்னும் தொழிலாளர்களால் பாடப்பட்டு வருகிறது.

மகாகவி பாரதியின், கம்பனின் கவிதைகளுக்கு அவருடைய விளக்கம் பல தமிழ் அறிஞர்களாலும் பாராட்டப் பெற்றுள்ளது. புகழ்பெற்ற கவிஞரும் தேசபக்தருமாகிய சுப்பிரமணிய பாரதியின் புதல்வி சரியாகக் கூறியது போன்று பாரதியின் கவிதைகளது மெய்யான பொருளை முதல்முதலாக விளக்கி, அதைப் பிரபலப்படுத்தியவர் ஜீவா தான்.

தாமரை என்ற மாத இதழை 1958-இல் ஜீவா தொடங்கினார். அது இன்றைக்கும் தமிழ்நாட்டின் முற்போக்கு எழுத்தாளர்களின் ஆயுதமாகச் சேவை புரிந்து வருகிறது.

யாவற்றுக்கும் மேலாக, கலை, இலக்கியத்திற்கு ஜீவாவின் பிரதான பங்களிப்பு, 1961 ஜூனில் தமிழ்நாடு கலை இலக்கியப் பெருமன்றத்தை நிறுவியதாகும். இந்த மாமன்றம், சீரழிந்து வரும் பூர்ஷுவா கலை, இலக்கியத்திற்கு எதிரான தமது போராட்டத்தைக் கட்டவிழ்த்துவிடுவதற்கு முற்போக்கு கலை இலக்கியவாதிகளுக்கு மேடையாக அமைந்தது என்று சரியாகவே கூறமுடியும்.

தலைசிறந்த பேச்சாளர், எழுத்தாளர், மதிக்கப்பெற்ற அரசியல் தலைவர், திறமையான ஒழுங்கமைப்பாளர், பிரபல வெகுஜன (மக்கள்) தலைவர். யாவற்றுக்கும் மேலாக ஒரு பற்றுறுதியான கம்யூனிஸ்ட் ஆகிய ஜீவா, நமது நாட்டின் கோடிக்கணக்கான உழைக்கும் மக்களின் நெஞ்சங்களில் வாழ்கிறார்.

தமிழாக்கம் : வி.ராதாகிருஷ்ணன்

கே.பாலதண்டாயுதம்

- ப.மாணிக்கம்

தோழர் பாலன் பிறந்த தேதி 2.4.1918. அவர் மறைந்த தேதி 3.5.1973 ஆகும். 55 ஆண்டுகள் பூர்த்தியாகி 56 தொடங்கிய காலத்தில் அவர் நம்மைவிட்டு மறைந்தார்.

தோழர் பாலதண்டாயுதம் மறைந்த செய்தி கேட்டபோது, தமிழ்நாட்டில் பெரும் மன அதிர்ச்சிக்கு ஆளானோர் பலர். அவர்களுள் நானும் ஒருவன்.

தோழர் பாலனின் தியாக வாழ்க்கையை எழுதுமாறு மலர்க் குழுவினர் கேட்டபோது, அவரது வாழ்க்கை ஒரு தியாக வரலாறு என்ற அடிப்படையில் எழுத ஒப்புக்கொண்டேன். அவரது வாழ்க்கையில் தியாகங்கள் பல நிறைந்து நிற்கிறது. அவரை அறிந்தோர், அவருடன் பழகியவர்கள் அவரது இனிய சுபாவத்தை, உணர்ச்சிவசப்பட்ட சம்பவங்களை நினைவு கூர்வார்கள். அவரது பொது வாழ்வு, அரசியல் வாழ்வு எவ்வளவு தியாகங்கள் நிறைந்தது என்பதைப் பலர் முழுமையாக உணர்ந்திருக்க மாட்டார்கள். எனவேதான் அவரது வாழ்க்கை வரலாறு ஒரு தியாக வரலாறாக அமைந்துள்ளது என்பதை எடுத்துக்காட்ட முயற்சித்தேன்.

இதில் பல்வேறு நிகழ்ச்சிகள், சம்பவங்கள் வரலாம், இதோடு இணைந்து நின்ற பலர் இருக்கிறார்கள். அவர்கள் அனைவரையும் சந்தித்து விவரமாகக் கேட்டு எழுத இயலாத நிலையில் இதனை எழுதி யுள்ளேன். அப்படி சம்பந்தப்பட்டவர்கள் இதைப் படிக்க நேர்ந்தால் எனது கட்டுரையில் உள்ள குறைகளை மன்னிக்க வேண்டும் எனக் கேட்டுக் கொள்கிறேன்.

படிப்பு

தோழர் பாலன் தனது உயர்நிலைப்பள்ளிப் படிப்பைத் தனது பிறந்த ஊரான பொள்ளாச்சியில் படித்து முடித்தார். அவரது சொந்த கிராமம் பொள்ளாச்சி பக்கத்தில் உள்ள மாக்கினாம்பட்டியாகும். தனது பள்ளிப் படிப்பை 15-ஆவது வயதில் முடித்தார். பின்னர் திருச்சியில் உள்ள செயின்ட் ஜோஸப் கல்லூரியில் சேர்ந்து இண்டர் மீடியட் படிப்பை முடித்தார். 1936-ஆம் ஆண்டு அண்ணாமலைப் பல்கலைக்

கழகத்தில் பட்டப் படிப்புக்காக (பி.எஸ்.ஸி.) சேர்ந்து படிக்கத் தொடங்கினார். 1938-ஆம் ஆண்டில் தனது பட்டப்படிப்பின் இறுதிக் கட்டத்தில், அரசியல் பிரச்சினைகளில் ஏற்பட்ட தகராறினால் அவர் பல்கலைக் கழகத்திலிருந்து வெளியேற்றப்பட்டார். அவரோடு 5 பேர்களும் வெளியேற்றப்பட்டார்கள். இது ஒரு கடுமையான ஒழுங்கு நடவடிக்கையாகும். இதற்குப் பின் (1938) அவர் முழுநேர அரசியல் ஊழியர் ஆனார்.

ஆரம்ப தியாக உணர்வு

உயர்நிலைப் பள்ளியில் படித்துக் கொண்டிருக்கும் போதே அவரது உள்ளத்தில் பகத்சிங்கின் தியாகம் மன வைராக்கியத்தை உண்டாக்கியது. பகத்சிங் தூக்கிலிடப்பட்ட செய்தி கேட்ட அவரும் அவரது நண்பர்களும் மாணவர் வேலை நிறுத்தத்திற்கு ஏற்பாடு செய்தனர். பகத்சிங்கைப் போல் தியாக உணர்வு பெறவேண்டும் என்பதற்காகத் தங்கள் கால்களில் விலங்கிட்டும், கால்களில் ஆணி அடித்து, இரத்தக் காயத்துடனும் வெகுதூரம் நடந்து தியாக சோதனைப் போட்டி நடத்தினர். அதிலும் இவர் தான் வெற்றி பெற்றார். அவர் காலில் ஏற்பட்ட இரத்தக் காயம் கொடும் புண்ணாக (செப்டிக்) மாறித் தொல்லை கொடுத்தது. மனம் கலங்காமல் அத்தகைய சோதனையில் அவர் வெற்றி பெற்றார். 1931 மார்ச் மாதத்தில் பகத்சிங் தூக்கிலிடப் பட்டார். அதற்குப் பின்தான் இத்தகைய தியாக சோதனைப் போட்டியில் அவர் ஈடுபட்டார். அப்போது அவருக்கு வயது 13 தாண்டி 14 வயது நடக்கும் பருவமாகும். அவ்வளவு சிறிய வயதில் நாட்டுப் பற்றும், தியாக உணர்வும், மன வைராக்கியமும் அவருக்கிருந்தது, இத்தகைய மனோ பக்குவம் அவருக்குக் கடைசி வரை இருந்தது!

பல்கலைக் கழகத்தில்

தோழர் பாலன் அண்ணாமலைப் பல்கலைக்கழகத்தில் பயின்ற போது அரசியலில் இடதுசாரிக் கருத்தோட்டமுள்ள மாணவர்கள் பலர் இருந்தனர். அவருக்கு காந்தீய வழியில்தான் நம்பிக்கை. இருப்பினும் முற்போக்கான கருத்துக்களும் சோஷலிச லட்சியங்களிலும் பற்றுக் கொண்டிருந்தார். 1936-38-ஆம் ஆண்டுகளில் இளைஞர்களிடம் சோஷலிசக் கருத்துக்கள் பரவிவந்த காலம். நாட்டுப் பற்றுள்ள மாணவர்களிடையே இருவிதக் கண்ணோட்டமிருந்தது. ஒன்று காந்தீய வழியில் நம்பிக்கை, மற்றொன்று சோஷலிச லட்சியத்தில் நம்பிக்கை. இதன் காரணமாக மாணவர்களிடையே சர்ச்சைகள் எழுந்ததுண்டு.

ஜவஹர்லால் நேருவின் கட்டுரைகள், பேச்சுக்கள் முற்போக்கான எண்ணங்களை மாணவர்களிடையே ஏற்படுத்தியது. நேருவின்

சுயசரிதை என்னும் நூல் மாணவரிடையே பெரும் அரசியல் செல்வாக்குப் பெற்றிருந்தது. இதே காலத்தில் காங்கிரஸ் சோஷலிஸ்ட் கட்சியும், இந்தியக் கம்யூனிஸ்ட் கட்சியும் 1936-இல் இணைந்து நின்று, ஒன்றுபட்ட அகில இந்திய மாணவர் பெருமன்றத்தையும் அகில இந்திய விவசாயிகள் சங்கத்தையும் ஆரம்பித்து நடத்தின. இதன் காரணமாக அண்ணாமலைப் பல்கலைக்கழகத்திலும் மாணவர் அமைப்பு அரசியல் கட்சி அடிப்படையில் ஒன்று துவங்கியது.

இந்த மாணவர் அமைப்பு விரிந்து, பரந்த அமைப்பாக அன்று உருவாகவில்லை. கம்யூனிஸ்ட் மாணவர்கள் தனி அமைப்பு ஏற்படுத்தி யிருந்தனர். அந்த அமைப்புக்குப் பெயர் 'தோழர்கள் மன்றம்' எனக் கூறப்பட்டது. ஆங்கிலத்தில் 'காம்ரேட்ஸ் கிளப்' என அழைத்தனர். இதில் அன்று சேர்ந்திருந்த பல மாணவர்கள் இன்றும் கம்யூனிஸ்ட் கட்சியில் தமிழகத்திலும், கேரளத்திலும் செயலாற்றுகிறார்கள்.

இந்த அமைப்புக்கு உயிர் கொடுத்தவர் தோழர் சுப்ரமணியசர்மா ஆகும். தோழர் சர்மாவைத் தமிழகத்தில் பலருக்குத் தெரியும். இப்போது அவர் கேரளத்தில் செயலாற்றுகிறார். 1937-இல் அவர் பல்கலைக்கழகப் படிப்பை முடித்து கேரளம் சென்று கம்யூனிஸ்ட் கட்சியில் செயலாற்றினார். பின்னர் 1940-இல் தமிழகத்திற்கு வந்து, தலைமறைவாக இருந்து கம்யூனிஸ்ட் கட்சியைக் கட்ட பாடுபட்டார். 1941-இல் சென்னைக் கம்யூனிஸ்ட் சதிவழக்கில் சேர்க்கப்பட்டு தண்டனையும் அடைந்தார். பின்னர் விடுதலையாகி மீண்டும் சில மாதங்களில் மதுரையில் தொழிலாளர் போராட்டத்தில் கைது செய்யப்பட்டு சிறைப்பட்டார். 1945-இல் தான் விடுதலையானார். 1957 வரை தமிழகத்தின் கம்யூனிஸ்ட் கட்சி தலைமைக் குழுவில் செயலாற்றினார். இவர் அண்ணாமலைப் பல்கலைக் கழகத்தில் மாணவர்களிடையே கம்யூனிஸ்ட் கட்சியை வளர்த்த முதல் தலைவராவார். இவரது முயற்சியால் தோழர் பாலன் கம்யூனிஸ்ட் கட்சியுடன் நெருக்கமான உறவு கொண்டார். தோழர் சர்மாவின் உறவு தோழர் பாலனின் அரசியல் அறிவை வளர்த்தது.

1936-38-ஆம் ஆண்டுகளில் நடந்த பாசிஸ்ட் எதிர்ப்புப் போராட்டம் ஐரோப்பாவில் ஸ்பெயினில் நடந்தது. இப்போராட்டத்தில் அங்கு மக்களால் தேர்ந்தெடுக்கப்பட்ட ஒரு வெகுஜன முன்னணி (பாப்புலர் பிரண்ட்) அரசு, பாசிஸ்ட் வெறியர்களால் கவிழ்க்கப்பட்டது. அதைக் கவிழ்த்தது ராணுவ தளபதிகள் ஆகும். அதற்குத் தலைமை தாங்கிய பாசிஸ்ட் தலைவர் ஜெனரல் பிராங்கோ ஆகும்.

இச்சந்தர்ப்பத்தில் ஜவஹர்லால் நேரு ஐரோப்பிய சுற்றுப் பயணம் செய்தவர் இந்தியா திரும்பியதும் ஸ்பெயின் நாட்டு மக்களுக்கு

ஆதரவாக பாசிஸ்ட் எதிர்ப்பு இயக்கம் நடத்தி நிதி திரட்டினார். இதில் அண்ணாமலைப் பல்கலைக்கழக மாணவர்கள் தங்களது பங்கை நிறைவேற்ற முனைந்தனர். இதில் தோழர் பாலனும் அவரது தோழர்களும் செயலாற்றி நிதி திரட்டினார்கள். இந்த நிதி, மாணவர்களின் பொது அமைப்பின் மூலம் திரட்டி அனுப்ப உதவினர். இப்படித் திரட்டப்பட்ட நிதி பொறுப்பிலிருந்த ஒரு மாணவரால் கையாடல் செய்யப்பட்டது.

அநீதியை எதிர்த்தல்

இதைக் கேள்விப்பட்ட தோழர் பாலனும் அவரது தோழர்களும் இதைக் கண்டித்துக் கேட்டனர். குற்றம் செய்த மாணவர் பொதுப் பொறுப்பிலிருந்தவர். அவர் பல்கலைக் கழகத் துணைவேந்தர் ரைட் ஹானரபிள் சீனுவாச சாஸ்திரியிடம் தவறான தகவல்களைக் கொடுத்து தோழர் பாலன் மீது புகார் கொடுத்தார். இதை விசாரிக்க தோழர் பாலனும் அவரது தோழர்களும் அழைக்கப்பட்டனர். துணைவேந்தர் பங்களாவில் விசாரணை முடிந்து வெளியில் வரும்போது குற்றம் சாட்டிய மாணவர் (குற்றவாளி) எதிரே தென்பட்டார். நியாயமான ஆத்திரமடைந்த தோழர் பாலனும் மற்றவர்களும் அவரை அடித்து விட்டனர். இச்செய்தி தெரிந்த பல்கலைக்கழகத் துணைவேந்தர் கடுமையான நடவடிக்கை எடுத்தார். தோழர் பாலனும் 5 பேரும் கல்லூரியை விட்டு வெளியேற்றப்பட்டனர். இச்செய்தி கேட்ட மாணவர்களிடம் பெருங்கொந்தளிப்பு ஏற்பட்டது. மாணவர் வேலை நிறுத்தத்தில் இறங்கினர். தோழர் பாலனும் மற்ற தோழர்களும் கல்லூரிக்குள் நுழையக்கூடாது என்று தடுக்கப்பட்டனர். பின்னர் தோழர் பாலன் கைது செய்யப்பட்டு சில நாட்களில் விடுதலை யடைந்தார். வெளியில் இருந்து கொண்டு மாணவர் போராட்டத்திற்குத் தோழர் பாலனும் மற்றும் பல தோழர்களும் தலைமை தாங்கினர். துணைவேந்தர் மகாகனம் சீனுவாச சாஸ்திரியாரின் நடவடிக்கை நியாயமற்றது. எனவே ஒழுங்கு நடவடிக்கையை வாபஸ் வாங்க வேண்டுமெனக் கோரினர்.

இச்சந்தர்ப்பத்தில் பொதுமக்களிடம் தோழர் பாலன் மாணவர்களின் பக்கம் உள்ள நியாயத்தை விளக்கினார். மகாகனம் சீனுவாச சாஸ்திரியார் ஆங்கிலத்தில் 'ரைட் ஹானரபிள்' சாஸ்திரி என அழைக்கப் பட்டார். இந்தச் சிறப்புப் பட்டத்தை வைத்தே தோழர் பாலன் நியாயத்தை எடுத்துக் கூறினார். சாஸ்திரி நியாயமாகவும் நடக்கவில்லை, கண்ணியமாகவும் நடக்கவில்லை என்று கூறினார். தோழர் பாலனின் வாதத்திறமை, மட்டுமல்ல இது. உண்மையைக் கண்ணியமாகவும் வலுவாகவும் எடுத்துக்கூறும் பாங்கு புலப்பட்டது.

மகாகனம் சாஸ்திரியார் புகழ்பெற்ற அறிஞர். காந்திஜிக்கு எதிராக நின்று மிதவாத அரசியலை நடத்தியவர். தேசியவாதிகள் சாஸ்திரியின் நடவடிக்கையை எதிர்த்தனர். இதன் காரணமாக அண்ணாமலைப் பல்கலைக்கழக மாணவர்கள் போராட்டத்திற்கு பேராதரவு திரண்டது தமிழகத்தில் நடந்த முதல் மாணவர் போராட்டம் அதுதான். 1938-ஆம் ஆண்டில் சுமார் இரண்டு மாதகாலம் நடந்த போராட்டம் இந்திய மாணவர் வரலாற்றிலும் அது ஒரு நீண்ட போராட்டமாகும். இப்போராட்டத்தில் தோழர் பாலன் மட்டும் இறுதியாகப் பழிவாங்கப்பட்டார். மற்றவர்கள் தங்களது பரீட்சை எழுத அனுமதிக்கப்பட்டனர். தோழர் பாலன் அப்போராட்டத்தில் பல துன்பங்களை அனுபவித்தார். அவரது தோழர்களும் பல துன்பங்களை அனுபவித்தனர். பெற்றோர்கள் தோழர் பாலனை நிராகரித்தனர். அவரது பட்டப்படிப்பும் அதோடு நின்றது. அறிவு நிறைந்த மாணவர், நாவன்மை படைத்த மாணவர், தலைமை தாங்கும் குணம் படைத்த மாணவர். பொது லட்சியத்திற்காகத் தியாகம் செய்தார். அவருக்கு அப்போது 20 வயது.

காதல் வாழ்வு முதல் திருமணம்

இப்போராட்டத்தில் பல கட்டங்களில் பல சோதனைகள் ஏற்பட்டது. தோழர் பாலனின் தந்தை பொள்ளாச்சியில் மரியாதைக்குரிய பெரியவர். அவர் தனது மகன் மகாகனம் சாஸ்திரியை எதிர்த்து வேலை நிறுத்தம் செய்துவிட்டான் எனக் கோபப்பட்டார். படிப்பை உதறி விட்டானே என்று தீராத கோபம் கொண்டார். அவர் குடும்பத்தில் தோழர் பாலன்தான் மூத்த மகன். குடும்பப் பொறுப்புகளை ஏற்க வராமல் அரசியல் வாழ்வில் மூழ்கிவிட்டானே எனக் கோபங் கொண்டார். தோழர் பாலனை வீட்டுக்குள் அனுமதிக்க மறுத்து விட்டார். வேலைநிறுத்தம் முடிந்தபின் வெளியில் நண்பர்களுடைய உதவியைத்தான் நாடி வாழ்ந்தார். அவருக்கு அக்காலத்தில் உதவிய நண்பர்கள் பலர் இருக்கிறார்கள்.

கல்லூரி வேலை நிறுத்தத்தின்போது தோழர் பாலன் மீது அன்பு கொண்ட கேரள நாட்டு ஆங்கிலோ இந்தியப் பெண் அவரைக் காதலித்து, திருமணமும் புரிந்து கொண்டார். அப்பெண் மீது தோழர் பாலனும் எல்லையற்ற அன்பு கொண்டிருந்தார். அவர்கள் திருமணம் புரிந்து தேன் நிலவுக்குக்கூட தங்கள் வீடுகளுக்குச் செல்ல முடிய வில்லை. இருவரின் பெற்றோர்களும் நிராகரித்து விட்டனர். கலப்புத் திருமணம், வசதியற்ற நிலையில் திருமணம், அரசியல் கலவரக்காரரைத் திருமணம் புரிந்து கொண்டதால் அப்பெண்ணும் பல துன்பத்திற்கு

ஆளானார். இருவரும் சகிப்புத் தன்மையுடன் வாழ்க்கையை நடத்தினர், அன்பு குறையவில்லை.

பின்னர் சில காலம் தோழர் பாலன் பார்வார்ட் பிளாக் கட்சியில் முத்துராமலிங்கத்தேவருடன் சேர்ந்து செயலாற்றினார். இடைக்காலத்தில் திருச்சியில் தற்காலிகமாக முனிசிபல் சிப்பந்தியாகவும் வேலை செய்தார். பொன்மலையில் நடந்த 'தொழிலரசு' பத்திரிகையில் துணை ஆசிரியராகப் பணிபுரிந்தார். அப்போது தோழர் கல்யாணசுந்தரத்துடன் சேர்ந்துதான் தொழிலரசுவில் பணிபுரிந்தார். ரயில்வே தொழிலாளர் இயக்கத்திலும் தொடர்பு கொண்டிருந்தார்.

இச்சந்தர்ப்பத்தில்தான் தோழர் பாலன் தனது மனைவியை திருச்சியில் இரத்தினவேலுத்தேவர் (முத்துராமலிங்கத் தேவரின் நண்பர்) பாதுகாப்பில் விட்டுவிட்டுச் சிறை சென்றார். 1940-ஆம் ஆண்டில் இரண்டாவது உலக யுத்தத்தை எதிர்த்துப் பேசிய பேச்சுக்காக ஒன்றரை ஆண்டு கடுங்காவல் தண்டனைக்கு உள்ளானார். இந்த நிலையில் தான் அவர் மனைவியை நிர்க்கதியான நிலையில் விட்டுச்சென்றார்.

1938 மத்தியிலிருந்து 1940-ஆம் ஆண்டு முடிய சுமார் இரண்டு ஆண்டுகள் தனது அன்பு மனைவியுடன் வாழ்க்கை நடத்திய அவர் பல சோதனைகளுக்கு மத்தியில் அரசியல் வாழ்க்கையை நடத்தினார். சிறையிலிருந்தபோது அவர் மனைவி அவரது விடுதலையை நோக்கிக் காத்துத் தவங்கிடந்தார். இருவரும் சந்தித்தால் கண்கள் கலங்கும், மீண்டும் சேர்ந்து வாழ அவர்கள் துடித்தனர். பிரிட்டிஷ் ஆட்சி அவரை விடுதலை செய்து, மீண்டும் சிறை வாயிலில் கைது செய்தது.

அவரது விடுதலையை எதிர்பார்த்து சிறை வாசலில் காத்திருந்த மனைவிக்கு அது அதிர்ச்சியளித்தது. தனது கணவர் பாலனைக் கட்டி அணைத்து கண்கலங்கினார். பாலனும் கண்கலங்கினார். மீண்டும் சிறைவாசம். பெற்றோர்களை உதறித்தள்ளி, தோழர் பாலனுடன் துன்பம், வறுமை நிறைந்த வாழ்க்கையை மேற்கொண்ட அவரது முதல் மனைவி நிர்மலா மீண்டும் தோழர் பாலனின் விடுதலையை எதிர்பார்த்து காத்துக் கிடந்தார். இருப்பினும் தோழர் பாலன் தனது சிறை வாழ்க்கையில் 1940-42-ஆம் ஆண்டுகளில் எப்படி நடந்து கொண்டார் என்பது அவருடன் இருந்த அனைவருக்கும் தெரியும். தமிழகத்தின் அரசியல் தலைவர்கள் அனைவரும் இதை அறிவார்கள். சிறைக்குள் அரசியல் பிரச்சினைகளில் அவர் எவ்வாறு கம்யூனிஸ்ட் உறுதியுடன் செயல்பட்டார் என்பதை அனைவரும் அறிவர். உண்ணாவிரதப் போராட்டத்திலும் தளராத உறுதி, சிறைக் கொடுமைகளை, அரசியல் குரோதங்களை

எதிர்த்து நிற்கும் அனாயசமான உறுதியும் கம்பீரமும் அனைவராலும் பாராட்டப்பட்டது.

தோழர் பாலன் தனது 21-வது வயதில் காதலித்து திருமணம் புரிந்து 24 வயதிற்குள் வறுமை, பிரிவு, சிறைவாசம் இவற்றைத்தான் அவர் அனுபவித்தார். இதுதான் அவரது காதல் வாழ்க்கை.

ஜனசக்தியில் பணி

21 முதல் 24 வயது இளமைத் துடிப்பு மிகுந்த காலம் எதிலும் பற்று என்றால் உற்சாகமான பற்று இருக்கக்கூடிய பருவம். இப் பருவத்தில் தான் அரசியலிலும் உறுதியுடன் பற்றி நின்றார். தனது காதல் மனைவியையும் எல்லையற்ற அன்புடன் நேசித்தார். சோதனைகள் அவரது நாட்டுப்பற்றை, கட்சிப் பற்றை மங்கச் செய்யவில்லை. சொந்த வாழ்க்கையையும் அரசியல் வாழ்க்கையையும் இணைந்தே நடத்தினார்.

1942-இல், அதாவது அவரது 25-ஆவது வயது துவக்க காலத்தில் சிறையிலிருந்து விடுதலை பெற்றார். விடுதலை பெற்றபின் 1942 ஜுன் மாதத்திற்குப்பின் ஜனசக்தி பத்திரிகை ஆசிரியர் குழுவில் செயலாற்றினார். 1943-இல் சோவியத் நண்பர்கள் கழகத்தின் செயலாளராக இருந்து செயலாற்றினார். பத்திரிகையில் எழுதுவதும், பொதுக் கூட்டங்களுக்குச் செல்வதும் கட்சி நிதிக்காக நாடகங்களில் நடிக்கவும் செய்தார். சென்னையிலேயே 1945-ஆம் ஆண்டு முடிய ஜனசக்தியில் செயலாற்றினார்.

சோவியத் நண்பர்கள் கழகம்

1943-45-ஆம் ஆண்டுகளில் சோவியத் நண்பர்கள் கழகம் என்கிற அமைப்பு உருவாக்கப்பட்டது. இதன் மாநில அமைப்பிற்கு திரு.வி.கல்யாணசுந்தரனார் (திரு.வி.க.) தலைவராகவும் தோழர் பாலன் செயலாளராகவும் செயலாற்றினார்கள். சோவியத் யூனியனின் சாதனைகளைப் பற்றி படக்காட்சிகளுடன் விளக்குவதும், மேடைப் பேச்சுக்கள் மூலம் மக்களைத் திரட்டி சோவியத் யூனியனுக்கு ஆதரவாக, ஹிட்லர் நடத்தும் உலகப் போருக்கு எதிராகச் செயல்பட வைப்பது சோவியத் நண்பர்கள் கழகத்தின் வேலையாகும். இதன் மூலம் தமிழகத்தில் பெரும் அரசியல் விழிப்பை ஏற்படுத்தியவர் தோழர் பாலன் என்றால் மிகையாகாது. திரு.வி.க. இதற்கு பெருந் துணையாக நின்றார்.

இந்த அமைப்பின் மூலம் இளைஞர்கள், மாணவர்கள், தொழிலாளர்கள், மாதர்கள், மாறுபட்ட அரசியல் கருத்துடையோர் ஆக பலதரப்பினர் அரசியல் விழிப்பு பெற்றனர். அன்று காங்கிரஸ் தலைமை சிறைக்குள் இருந்தது. மக்களின் போராட்டம் ஒடுக்கப் பட்டது. மக்களிடம் அரசியல் உணர்வை நாட்டுப்பற்றை, பாதுகாத்து வளரச் செய்தது சோவியத் நண்பர்கள் கழகம் ஆகும். தோழர் பாலன் இரவு பகலாக இதில் தமிழகம் முழுதுவம் சுற்றித் திரிந்து இந்த அமைப்பை விரிவுபடுத்தினார்.

திரு.வி.க. தோழர் பாலனின் தன்னலமற்ற உழைப்பைப் பெரிதும் பாராட்டி பல நகரங்களில் வாழ்த்துக் கூறினார். இது தோழர் பாலனுடைய தந்தையின் செவிக்கு எட்டியது. அப்போதுதான் அவரது தந்தை தன் மகன் மீது இருந்த கோபத்தை மறந்தார். திரு.வி.க.வின் பாராட்டைப் பெற்ற, தன்னலமற்ற திருமகன் தன் மகன் என உணர்ந்து வீட்டுக்குவர அனுமதித்தார்.

தாயார் மறைவு

1943-ஆம் ஆண்டில் தோழர் பாலனின் தாயார் உடல் நலமின்றி இருந்தார். அவரைப் போய் பார்த்துவிட்டு உடனே சென்னை திரும்பி விட்டார். அவர் வந்த மறுநாளே அவரது தாயார் மறைந்தார். தாயை இழந்த துன்பத்தை மனதில் வைத்துக் கொண்டாலும் அவர் வெளியில் காட்டிக் கொள்வதில்லை.

இதே காலத்தில் அவரது முதல் மனைவி இவரது அரசியல் வாழ்க்கையை விட்டு விட்டு வேறு ஏதாவது ஒரு நிலையான வேலையை மேற்கொள்ள வேண்டுமென வற்புறுத்தினார்.

அவரது மனைவியின் அன்பை ஏற்றார். ஆனால் கம்யூனிஸ்ட் கட்சியின் அரசியலை விட்டு விலக முடியாது என்று கூறி விட்டார். மனைவியுடன் பிரிவு நிரந்தரமாகி விட்டது.

ஒருபுறம் காதல் மனைவி, துன்ப துயரங்களை ஏற்றவள் தன்னை விட்டு விலகி நின்றாள். மறுபுறம் தன்னை ஈன்றெடுத்த தாய் உலகை விட்டே சென்று விட்டாள்.

25-26 வயதில் இத்தகைய நிலை ஒரு இளைஞனுக்கு! இத்தகைய சோதனைகளை, மனத்துன்பங்களை அனுபவித்த அரசியல்வாதிகள் மிகச்சிலரேயாகும். இவ்வளவையும் மனதுக்குள் அடக்கி நின்றே அரசியல் வாழ்வை நடத்தினார்.

இச்சந்தர்ப்பத்தில் ஒரு சம்பவம் என் நினைவுக்கு வருகிறது. 1943-ஆம் ஆண்டு செப்டம்பர் மாதம், சென்னையில் தலைமைக் காரியாலயத்திற்கு கட்சி வேலையாக வந்தேன். அப்போது தோழர் பாலன் அரைக்கால் சட்டையும், அரைக்கைச் சட்டையும் அணிந்து, அதிகாலை 6 மணிக்கு ஜனசக்தி ஆசிரியர் குழு காரியாலயத்தையொட்டி தூசியை துடைத்துக் கூட்டிக் கொண்டிருந்தார் (அப்போதெல்லாம் கம்யூனிஸ்ட் தலைவர்கள் காரியாலயங்களை முறை வைத்து கூட்டிப் பெருக்க வேண்டும்). கைகள் வேலை செய்து கொண்டிருக்கும்போது ஒரு பாட்டை மெல்லிய குரலில் பாடிக் கொண்டிருந்தார். "அடிமையாயிருக்கவா உன்னை ஈன்றாள் அன்னையும் உரிமை பறிகொடுக்கவா உன்னை ஈன்றாள் அன்னையும்" இது வழிநடைப்பாட்டில் வரும் வரிகளாகும். கூட்டித் துடைத்துக் கொண்டு, ஒரு வழிநடைப்பாட்டை இப்படிப் பாடிக் கொண்டு வேலை செய்த பாங்கைப் பார்த்ததும் அசந்து நின்றேன். என்னை நிமிர்ந்து பார்த்ததும் பாட்டை நிறுத்தி எப்போது வந்தீர்கள் என்று விசாரித்தார். பின்னர் அவர் வேலையை முடித்தார்.

நானும் அவரும் சிறிது நேரம் மாணவர் அரங்க வேலைகள் பற்றி பேசிக்கொண்டிருந்தோம்.

அவருக்குத் தன் தாய் மீது அன்பு இருந்தது. அதே நேரத்தில் நாட்டின் விடுதலை உரிமை மீது அழியாத வேட்கை இருந்தது. அச்சம்பவம் மட்டுமல்ல அவரது வாழ்க்கை முழுமையும் இந்த உணர்வு போராடி நின்றது.

அரசியல் தன்னடக்கம்

மாற்றுக் கருத்துள்ளோரை மாற்ற பொறுமை காட்டும் குணம் உண்டு. இதற்கு ஒரு அரசியல் சம்பவத்தையும் இங்குக் குறிப்பிட வேண்டும். 1942-ஆம் ஆண்டில் ஆகஸ்ட் போராட்டம் நாடெங்கும் நடந்தது. அண்ணாமலைப் பல்கலைக்கழகத்தில் மாணவர்கள் காலவரம்பற்றி வேலை நிறுத்தம் நடத்தினர். அப்போது கம்யூனிஸ்ட் மாணவர்கள் மீது பழிச்சொல் கூறப்பட்டது. 'தேசத்துரோகிகள்' என்று அவதூறு செய்யப்பட்டனர். இச்சந்தர்ப்பத்தில் தோழர் பாலனை அங்கு அழைத்துச் சென்று பேசவைக்க முயன்றோம்.

அவரது பழைய நண்பர்கள், அவரை வீரவணக்கம் செய்தவர்கள் அவரிடம் பேசிய போதிலும், அவருடன் அரசியல் விவாதங்களை நடத்த விரும்பவில்லை. மாணவர்களிடம் பொதுக்கூட்டத்தில் பேச விரும்பினார். தேசியப்பற்றுள்ள மாணவர்கள் கல்லூரிக்குள் பாலன் பேசக்கூடாது என்றனர். பல்கலைக் கழகத்தின் எல்லையில்

திருவேட்களம் என்னுமிடத்தில் பொதுக்கூட்டம் நடத்தி பேச வைத்தோம். மாணவர்கள் திரளாக வந்து பொறுமையாகக் கேட்டனர். ஆனாலும் மாற்றமடையவில்லை.

தோழர் பாலன் அது கண்டு சோர்வு அடையவில்லை. மாணவர் களிடம் கம்யூனிஸ்ட் கட்சி பற்றியும், ஆகஸ்ட் போராட்டம் பற்றியும் தெளிவு ஏற்பட காலமாகும். அதுவரை நாம் பொறுமையைக் கடைப் பிடிக்க வேண்டும் என்றுதான் கூறினார். தனக்கு மரியாதை தரப் பட்டது. தனது அரசியல் கருத்தை நிராகரித்தனர். காலம் மாறும்போது கம்யூனிஸ்ட் கட்சியின் நிலையைப் புரிந்து கொள்வார்கள் என்று மாணவர்களிடமே வெளிப்படையாகக் கூறி விடை பெற்றார். அதற்குப் பின் அதே மாணவர்கள் அரசியல் ரீதியாக கம்யூனிஸ்ட் மாணவர் களுடன் விவாதித்தனர். பழைய குரோத உணர்வு நீங்கியது.

பலவகைப் போராட்டங்கள்

1946-ஆம் ஆண்டில் பல்வேறு சம்பவங்கள் நிகழ்ந்தன. நமது நாட்டை உலுக்கிய கப்பல்படை போராட்டம் போன்ற பல போராட்டங்கள் வெடித்தன. கம்யூனிஸ்ட்டுகள் மீது அரசியல் குரோதப் பிரச்சாரம் கட்டவிழ்த்து விடப்பட்டது. பல இடங்களில் கம்யூனிஸ்ட்டுகள் தாக்கப்பட்டனர். கொடிய அடக்குமுறையும் கட்டவிழ்த்து விடப்பட்டது. மக்களுக்கு உணவு கிடைக்கவில்லை, ஏழை மக்களுக்கு மலிவு விலையில் தரப்பட்ட சோளமும் "உளுத்த சோளமாக" இருந்தது. இவை அனைத்திலும் தமிழகத்தில் தோழர் பாலன் கலந்து கொண்டார். *1946*-ஆம் ஆண்டின் இறுதியில் தலைமறைவாகவும் சென்றார். *1947* ஆகஸ்ட் *15*-இல் தான் வெளிவந்தார்.

இக்காலத்தில் திருச்சி, நெல்லை மாவட்டங்களில் அவர் கம்யூனிஸ்ட் கட்சியின் அமைப்பாளராக இருந்து செயல்பட்டார். இச்சந்தர்ப்பத்தில் இளந்தலைமுறையினர் அவர்பால் கவர்ந்திழுக்கப் பட்டனர். அவரது நாவன்மை மட்டுமல்ல, எளிமையான வாழ்க்கை, அடக்குமுறைக்கும் வன்முறைகளுக்கும் அஞ்சாது நின்றது. தலைமறைவாக இருந்து கொண்டே பல போராட்டங்களை நடத்தியது ஆகியவை அவரை ஒரு வீரப் புருஷனாக ஆக்கியது. இக்காலச் சம்பவங்கள் பல, இன்றும் திருச்சி, நெல்லை மாவட்டங்களில் கதைகளாக (லெஜண்ட்) பேசப்படுகின்றன.

திருச்சியில் .

1946-ஆம் ஆண்டு பிப்ரவரியில் பொதுத்தேர்தல் நடந்தது. அப்போது திருச்சியில் தேர்தல் பொதுக்கூட்டத்தில் பேசிவிட்டு கட்சி

காரியாலயத்திற்கு வந்தார். சில நிமிடங்களில் கம்யூனிஸ்ட் எதிர்ப்பு காங்கிரஸ்காரர்கள் கட்சி அலுவலகத்தை கற்களால் தாக்கினர். தடி கம்புகளுடன் வந்து தாக்க முயன்றனர். தாமாக முன்னின்று கட்சி அலுவலகத்தைக் காத்து நின்றார். பல தோழர்களுக்குக் கல்லடி பட்டது, அவருக்கும் உண்டு. பந்தலைத் தாக்கினர். வன்முறை வெறி கொண்டு தோழர் பாலனைத் தாக்க வந்தவர்கள் கம்யூனிஸ்ட்டுகளின் பதிலடிக்குப் பின்வாங்கி ஓடிவிட்டனர்.

இந்தியக் கப்பல்படை பிரிட்டிஷ் அநீதியை எதிர்த்துப் போராடியது. இதற்கு ஆதரவாகத் தமிழ் நாட்டில் தொழிலாளி வர்க்கம் எல்லா நகரங்களிலும் வேலை நிறுத்தம் செய்தது. பொது ஹர்த்தால் நடந்தது. இப்போராட்டத்திற்கு ஆதரவாக தமிழ் மக்களைத் தட்டி எழுப்பிய தோழர்கள் ஜீவா, ராமமூர்த்தி, கல்யாணசுந்தரம் ஆகியோருடன் பாலதண்டாயுதமும் பெரும் பங்கு ஆற்றினார்.

நெல்லையில்

1946-இல் நடந்த ரயில்வே தொழிலாளர் போராட்டத்திற்கு மக்களின் ஆதரவைத் திரட்டினார் **1946**-ஆம் ஆண்டில் உணவுப் பற்றாக்குறை, சோளமும் கூட கிடைப்பது அரிது. இச்சந்தர்ப்பத்தில் அவர் தூத்துக்குடியில் உளுத்த சோளத்தை எதிர்த்து, காங்கிரஸ் மந்திரி சபையின் தவறான உணவுக் கொள்கையை எதிர்த்துக் கிளர்ச்சி செய்தார். "உளுத்த சோளம் ஒழிக" என்பதே மக்களின் முழக்கம். ஒரு கூட்டத்தில் இதை விளக்கிப் பேசும்போது அவர் மீது கல் விழுந்தது. அவர் பக்கத்தில் அமர்ந்திருந்த ஒரு தோழர் முத்துசாமி கத்தியால் குத்தப்பட்டார். இவற்றை எதிர்த்து நின்று அங்கேயே போராடினார்கள். ரௌடிகள் பின்னர் ஓடி மறைந்தனர்.

தோணித் தொழிலாளர்கள் போராட்டம் நடந்தது. தொழிலாளியும், முதலாளியும் கத்தோலிக்கர்கள், மாதாகோவில் மதகுருக்கள் தொழிலாளர் வீட்டுப் பெண்களிடம் "வேலை நிறுத்தம் செய்யாதீர்கள், கம்யூனிஸ்ட் சாத்தான்களுடன் சேராதீர்கள்" என்றனர். இந்த சாகஸங்களை எல்லாம் மீறி போராட்டம் நடந்தது. கத்தோலிக்கப் பெண்கள் போலீஸ் அடக்கு முறையை எதிர்த்து உலக்கையை எடுத்துக் கொண்டு வந்து எதிர்த்து நின்று போராடினார்கள். போலீஸ் பின் வாங்கியது. போராட்டம் வென்றது. மத குருவும் மௌனமானார். இப்போராட்டத்தில் தோழர் பாலனின் தலைமையைத் தூத்துக்குடியில் உழைப்பாளி மக்கள் பாராட்டினர். இன்றும்கூட அத்தொழிலாளர்கள் (வயோதிக வயதில் உள்ளவர்கள்) தங்கள் போராட்ட அனுபவங்களைக் கூறுகிறார்கள். பாலனை நினைந்து நெஞ்சுருகுகிறார்கள்.

விக்கிரமசிங்கபுரத்தில் பஞ்சாலைத் தொழிலாளர் போராட்டத்திற்குத் தலைமை தாங்கி, கருங்காலிகளை அம்பலப்படுத்தி, போலீஸ் அடக்கு முறையை எதிர்த்து நிற்கும்படி உணர்ச்சியூட்டி எழுச்சியுறச் செய்தார்.

1946-இல் நடந்த பஞ்சாலைப் போராட்டம்தான் தமிழ்நாட்டில் பஞ்சாலைத் தொழிலாளர்களின் அவலநிலையைப் போக்கியது. விக்கிரமசிங்கபுரம், தூத்துக்குடி நகரில் உள்ள தொழிலாளர்கள் தோழர் பாலனின் சேவையை மறந்துவிடவில்லை.

இதே காலத்தில்தான் தமிழக அரசு பதிவுபெறாத ஊழியர்களும் போராடினார்கள். இதிலும் அவரது பங்கு மறக்க முடியாதது.

நெல்லை மாவட்டத்தில் இப்படிப் பல பகுதி மக்களின் போராட்டங்களுக்குத் தலைமை தாங்கி அடக்குமுறை, அரசியல் எதிரிகளின் வன்முறை ஆகியவற்றை எதிர்த்து அவர் நின்றது. அங்கு கம்யூனிஸ்ட் கட்சியை ஒரு விரிவடைந்த வலுவுள்ள கட்சியாக மாற்றியது, கம்யூனிஸ்ட் கட்சியின் தலைமைக்கு அரசியல் மதிப்பும் ஏற்படுத்தியது.

1946-ஆம் ஆண்டில் கம்யூனிஸ்ட் இயக்கத்தின் மீது, மாநில காங்கிரஸ் அரசு (பிரகாசம் மந்திரி சபை) கொடும் அடக்குமுறை ஏவியது. மதுரை சதிவழிக்குப் போட்டு கம்யூனிஸ்ட் கட்சியின் மாநிலத் தலைவர்கள் கைது செய்யப்பட்டனர். பின்னர் பாதுகாப்புச் சட்டத்தின்கீழ் பலர் மீது வாரண்ட் பிறப்பிக்கப்பட்டது. இக்காலத்தில் பாலன் தலைமறைவானார். தலைமறைவுக் காலத்தில் கிராமப்புறங்களில் விவசாயச் சங்கங்களைக் கட்ட பல தோழர்களைத் தயார் செய்தார்.

இக்காலத்தில் அவர் வாழ்ந்த வாழ்க்கை எளிமையானது, சோதனைகள் நிறைந்தது. உறுதியைச் சோதிக்கக் கூடியது. மக்களின் ஆதரவுடன் இவையனைத்தையும் சமாளித்தார். பல தோழர்களைக் கட்சிக்கு முழு நேர ஊழியர்களாகக் கொண்டு வந்தார். மிகக் குறைந்த ஊதியத்தில் சுயகட்டுப்பாட்டுடன் பல தோழர்கள் கட்சியைக் கட்ட பாடுபட்டனர். அன்றைய தியாக வாழ்க்கை, ஆபத்து நிறைந்த வீரமிக்க வாழ்க்கையில் தோழர் பாலன் நெல்லை மாவட்டத்தில் முன்னுதாரணமாகத் திகழ்ந்தார்.

விடுதலைக்குப் பின்

1947 ஆகஸ்ட் 15-இல் தலைமறைவு வாழ்க்கையைவிட்டு வெளியே வந்தார். நாட்டின் விடுதலை, மக்களிடம் பேரெழுச்சியை ஏற்படுத்தியது. மக்கள் ஆவலோடு தங்களது எதிர்காலத்தைப் பற்றிக்

கனவு கண்டனர். தங்களது வாழ்க்கையில் விடிவு ஏற்படும் என நம்பினர்.

நாடு சுதந்திரம் அடைந்த போதே நாடு பிரிவினைக்கும் ஆளாகியது. வகுப்புக் கலவரங்கள் ஏற்பட்டன. வகுப்புக் கலவரத்தை எதிர்த்து, பிரிட்டிஷ் ஏகாதிபத்திய சதிகளை எதிர்த்து மக்களைத் திரட்டுவதில் முன் நின்றார்.

நேரு மத்திய அரசில் பிரதமராகப் பொறுப்பேற்றார். குடியரசுச் சட்டத்தை உருவாக்க அரசியல் நிர்ணயசபை அமைந்தது. உள்நாட்டில் பிற்போக்காளர்கள், ஏகாதிபத்திய சக்திகளுடன் இணைந்து நின்றனர். சுதந்திர அரசு வலுப்பெறவிடாமல் பலவீனப் படுத்த சாகசங்களைச் செய்தனர். கம்யூனிஸ்ட் கட்சியினர் இவர்களை எதிர்த்துப் போராடினார்கள். கம்யூனிஸ்ட் கட்சியைத் தாக்கவும் பிற்போக்காளர்கள் திட்டமிட்டனர்.

இதே சந்தர்ப்பத்தில் கம்யூனிஸ்ட் கட்சியின் இரண்டாவது காங்கிரஸ் கூடியது. நாட்டில் ஏற்பட்டுவரும் புதிய நிலைமைகளைக் கணக்கிலெடுத்து புதிய வழிகளை வகுக்க கல்கத்தாவில் கூடியது. இச்சந்தர்ப்பத்தில் தமிழகத்தில் செந்தொண்டர் படையைத் தடை செய்கிறோம் என்ற பேரால் கம்யூனிஸ்ட் கட்சி மீது தமிழகத்தில் அடக்குமுறை கட்டவிழ்த்துவிடப்பட்டது. பல தொழிலாளர் போராட்டங்கள் நடந்த காலகட்டம். இதை அடக்க, இதற்குத் தலைமை தாங்கும் கம்யூனிஸ்ட் கட்சியைத் தாக்கினர்.

கல்கத்தாவில் கூடிய இரண்டாவது காங்கிரஸ் தவறான வழியை வகுத்துவிட்டது. குறுகியநிலைப் போக்கால், இந்திய பூர்ஷ்வா வர்க்கத்தின் இரட்டை நிலையை சரிவர மதிப்பிடாமல், ஒருதலைப் பட்சமாக மதிப்பிட்டது. வரலாற்று ரீதியாக நாட்டின் வளர்ச்சி எத்திசையில் செல்லும் என்பதையும் தவறாகக் கணக்கிட்டு, சோஷலிசப் புரட்சியையும், மக்கள் ஜனநாயகப் புரட்சியையும் இணைத்து நடத்த வேண்டும் என்கிற தவறான முடிவுக்கு வந்தது. இதன் காரணமாக கட்சியின் தலைமை, நடைமுறை இரண்டும் மாற்றப்பட்டது. ஒருபுறம் அரசு அடக்குமுறை, மறுபுறம் கட்சியின் அதிதீவிரவாத நடைமுறை. இரண்டும் சேர்ந்து கட்சிக்கு பல சோதனைகளை ஏற்படுத்தியது.

இத்தகைய சூழ்நிலையில் கம்யூனிஸ்ட் கட்சியில் பலர் தலைமறைவாகப் போகும் நிலை ஏற்பட்டது. தோழர் பாலனும் அவ்வாறே தலைமறைவாகச் சென்றார். நெல்லை மாவட்டத்தில்

1948 முதல் 1950 வரை தலைமறைவாக இருந்துவிட்டு, பின்னர் 1950 முதல் 1952 வரை சென்னையில் தலைமறைவு வாழ்க்கை நடத்தினார்.

1947 ஆகஸ்ட் 15 முதல் 1948 பிப்ரவரி வரை சுதந்திர வாழ்க்கை, பின்னர் மீண்டும் சுமார் 5 ஆண்டுகள் தலைமறைவு வாழ்க்கை. 1952 முதல் 1962 வரை சுமார் 9 ஆண்டுகள் சிறைவாசம்.

1938 முதல் 48 வரை இரண்டரை ஆண்டுகள் சிறை வாசம், சுமார் 9 மாதங்கள் தலைமறைவு வாழ்க்கை, தாயை இழந்தார், மனைவியைப் பிரிந்தார். வன்முறையாளர்கள் தாக்குதலுக்கு ஆளானார்.

இளமை எப்படிக் கழிந்தது! நடுவயது எவ்வாறு கடந்தது!! இத்தகைய வாழ்க்கையை வாழ்த்து பார்த்தவர், வாழ்ந்து காட்டியவர் தமிழகத்தில் அவர் ஒருவரேயாகும்.

தலைமறைவு

நெல்லை மாவட்டத்தில் தலைமறைவு வாழ்க்கை காலத்தில் நடந்துள்ள அரசியல் வேலைகள், வெகுஜனப் போராட்டங்கள் புதிய பகுதிகளில் கம்யூனிஸ்ட் கட்சியைக் கட்டிவளர்த்தது ஆகியவற்றின் விவரங்களைக் கூறினால் பெருங்கதையாக மாறிவிடும். ஓரிரு நிகழ்ச்சி களைக் கூறினால் தலைமறைவு வாழ்க்கையில் செய்யவேண்டிய தியாகங்கள் என்ன என்பதைப் புரிந்து கொள்ளலாம்.

தோழர் பாலன் 1946, 47-ஆம் ஆண்டுகளில் நெல்லை மாவட்டத்தில் பல ஊர்களில் பொதுக் கூட்டங்கள் பலவற்றில் பேசியதால் பொதுமக்களுக்கு நன்கு அறிமுகமானவர். தலைறைவாகச் செயல்பட்டபோது ஒரு வகையில் இது அவருக்குப் பாதகமாகியது. பகலில் நடமாட முடியாது. மற்றொரு வகையில் அவருக்கு பல ஊர்களில் இளைஞர்கள் மனமுவந்து பாதுகாப்புத் தர முன் வந்தனர்.

அடக்குமுறை 1949-இல் அதிகரித்தது. தெரிந்தவர்கள், ஆதரவாளர்கள் தொடர்புகொள்ள அஞ்சினார்கள். பணம் கிடைப்பது மிகக் கடினமானது. உணவுக்கும் திண்டாட்டம். இத்துடன் தங்குமிடத்தில் உதவிக்கு பகிரங்கமான ஒரு குடும்பத்தின் உதவியும் வேண்டும். இந்த முறை சந்தேகத்தைப் போக்க உதவும். தனக்கே சாப்பாட்டுக்குத் திண்டாட்டம், உதவும் குடும்பத்திற்கு எப்படி உணவளிப்பது? கோதுமைத் தவிடு அக்காலத்தில் மலிவாக இருந்தது. அந்தக் கோதுமைத் தவிட்டை பனை வெல்லத்துடன் சேர்த்து தண்ணீர் விட்டுப் பிசைந்து சாப்பிட்டு வந்தார். ஒருநாள் காலை நான் அவரைச் சந்தித்தபோது அந்தத் 'தவிட்டு டிபனை' நானும் சாப்பிட்டேன்,

எனக்கு வயிற்றுக்கு ஒத்துக் கொள்ளவில்லை. அவர் அந்த 'தவிட்டு டிபனை' பலநாள் உபயோகித்து வந்தார். அவருக்கும் சில நாட்கள் கழித்து வயிற்றுவலியும் வயிற்றுப் போக்கும் ஏற்பட்டது. அந்தத் தவிட்டு டிபனைக் கைவிட்டோம்.

நெல்லை மாவட்டக் குழு கூட்டத்தை நாங்குநேரி தாலுகாவில் தேவநேரி கிராமத்தில் நடத்தினோம். அது அந்தக் கிராமத்தில் பெரிய வீடு, ஒரு கண்ணியமான நண்பரின் வீடு. தோழர் நல்லசிவனுடைய (இப்போது மார்க்சிஸ்ட் கட்சியில் உள்ளார்) உறவினர் வீடு. ஒரு தோழர் சமைத்துப் போட்டார். ஒரு வேளைக்கு குழைந்து போகும், மற்றொரு வேளை சரிவர கஞ்சி வடியாது இப்படித்தான் ஒருநாள் உணவை உட்கொண்டோம். திடீரென மறுநாள் போலீஸ் கண்காணிப்பு என்ற செய்தி கிடைத்தது. முழு மாவட்டக் குழுவும் மாட்டிக் கொள்ளும் என்று அச்சமுற்றோம். தலைமறைவு வாழ்க்கையின் கட்டுப்பாடு விதிகளுக்கு முரணாகப் போய்விடும் எனச் சஞ்சலப்பட்டோம். பின்னர் அன்றிரவு மட்டும் எப்படியாவது காவல் புரிந்து, தப்பிப்பது எப்படியென விவரமான வழிகளை வகுத்துக் கொண்டோம். ஒவ்வொருவரும் இரண்டு மணி நேரக் காவல் என நிர்ணயித்தோம். தோழர் பாலன், தோழர் மீனாட்சிநாதன், நல்லசிவம், நல்லகண்ணு, நான் இப்படியாக முறை மாற்றிக் காவல் புரிந்தோம். மறுநாள் மதியத்திற்குள் எங்கள் கூட்டத்தை 19 மைல் காட்டுப் பாதையில் நடந்து ஒரு குகைக்கு மாற்றினோம். அங்குக் கூட்டம் தொடர்ந்து இரண்டு நாள் நடத்தி முடித்தோம். அங்கும் போலீசுக்கு தகவல் எட்டிவிட்டது என்ற செய்தி கிடைத்தது. அவசரமாகக் கலைந்தோம். இந்தக் கூட்டத்தில் தொடர்ந்து நான்கு நாட்கள் பல வேதனைகளை அனுபவித்ததில், மனப் போராட்டங்களுக்கு ஆளான ஒரு தோழர் புத்திபேதலித்து மனநோய்க்கு ஆளானார். அவர் உலகில் அமைதியான வழியில் கம்யூனிச சமுதாயம் காண 'அணு கம்யூனிசம்' என்ற புதிய சித்தாந்தத்தை எழுதிக் கொண்டு என்னிடம் வந்தார். ஸ்டாலினுக்கு அனுப்பவேண்டும் என்று கூறி தலைமறைவு விதிகளை மீறி பல இடங்களில் விவாதித்துக் கொண்டு இருந்தார். பின்னர் அவர் சிகிச்சைக்குப் பின் மனந்தேறி நலமானார். தொடர்ந்து கம்யூனிஸ்ட் இயக்கத்திற்கும் வேலை செய்தார்.

தலைமறைவு வாழ்க்கையில் அனுபவித்த கடினமான வாழ்க்கை, கடுமையான அரசியல் விவாதங்கள், போராட்டங்களுக்குத் திட்ட மிட்டது. பலவீனமானவர்களை மனநோய்க்கு ஆளாக்கிவிட்டது. இப்படிப்பட்ட சோதனைக் காலங்களில் எல்லாம் பாலன் உறுதி யாகவும் மனக் கலகலப்புடனும் வாழ்ந்து கட்சி வேலை செய்தார்.

அவரோடு அன்று வேலை செய்தவர்களுக்கு அந்த வாழ்க்கையின் சம்பவங்கள் தெரியும். இன்று தமாஷாக ரசிக்கக் கூடிய நிகழ்ச்சிகளாக உள்ளது. இருப்பினும் அன்றைய கொடுமை நிறைந்த அனுபவங்களை மறக்க இயலாது. அது கடந்துவந்த வழி. நடந்துவந்த வழி. மறப்பது வரலாற்றை நிராகரிப்பதாகும். இப்படிப் பல சம்பவங்கள் உள்ளன.

சிறையில்

1952-இல் சிறையிலிருந்த காலத்தில் அரசியல் கைதிகளின் உரிமைக்காகப் பல உண்ணாநோன்புகள் 10 அல்லது 21 நாள் என்று இருந்துள்ளார். நெல்லை, மதுரை, நாகபுரி, சென்னை, கோவை எனப் பல சிறைகளில் வாழ்ந்தார்.

சிறைக் கைதிகளின் உரிமைக்காகப் பல போராட்டங்கள் நடத்தியுள்ளார். சிலமுறை சிறை அதிகாரிகளால், போலீஸ்காரர்களால் தாக்கப்பட்டுள்ளார். தனித்த இடத்தில் பல மாதங்கள், சில ஆண்டுகள் வைக்கப்பட்டிருந்தார்.

சிறைக் கைதிகளுக்கு படிப்பு சொல்லிக் கொடுத்தார். தானும் தமிழ் படித்து புலவர் தேர்வுக்குத் தயார் செய்தார். பரீட்சை எழுத அனுமதி வாங்கினார். பரீட்சை எழுத பழைய தடை ஒன்று தகர்த்தது. 'தேனீக்கள்' என்ற ஒரு அருமையான நூலைத் தமிழாக்கம் செய்தார். அது ஒரு பரிசு பெற்ற நூல், சோவியத் விஞ்ஞானி எழுதிய நூல். தேனின் அருமையான மருத்துவ நலன்களைக் கூறியது. அவரது சிறை அனுபவங்களைச் சில கட்டுரைகளாக, கதைகளாக சில பத்திரிகைகளில் எழுதினார். இன்னும் பல எழுத வேண்டியுள்ளது. அதை வேறு யார் எழுத முடியும்? அதற்குள் போய்விட்டார்.

1953-இல் இரண்டாம் முறை திருமணம் புரிந்தார். ஒரு கட்சித் தோழரின் தமக்கை துல்ஜாராணி என்பவரைத் திருமணம் முடித்த சில மாதங்களில் மீண்டும் சிறை ஏகினார். இந்த முறையும் திருமணம் முடிந்து சுமார் 9 ஆண்டுகள் கழித்துத்தான் தனது இரண்டாவது மனைவியுடன் குடும்பம் நடத்தினார். 1962 ஏப்ரல் முதல் 1973 மே மாதம் முடிய பதினொரு ஆண்டுகள்தான் மணவாழ்க்கை, வயது 44 முதல் 55 முடிய குடும்ப வாழ்க்கை!

நாட்டின் விடுதலைக்கும் உழைக்கும் மக்களின் விடுதலைக்கும் பாடுபட்ட உறுதிமிக்க ஒரு தோழனின் அரசியல் வாழ்க்கை, குடும்ப வாழ்க்கையை இப்படிச் சிதறடித்து விட்டது. இதன் கசப்பான அனுபவங்களைச் சோகமிக்க சொந்த வாழ்க்கையை அவரது

குணங்களில் காணமுடியாது. இதற்குக் காரணம் குடும்ப வாழ்க்கையை அவர் விரும்பவில்லை என்றுகூற முடியாது. அதை மிகவும் விரும்பினார். பிரிட்டிஷ் ஆட்சியும், நாட்டிலுள்ள முதலாளித்துவ ஆட்சியும் அமைப்பும் அவருக்கு அளித்த சோதனை என்றுதான் ஏற்றுக் கொண்டார்.

1962க்குப் பின்

1962-க்குப் பின் *73* மே மாதம் முடிய அவரது அரசியல் வாழ்க்கையைத் தமிழகம் நன்கு அறியும், இக்காலத்திலும் எத்துணைப் போராட்டங்கள், எத்தனை முறை சிறை வாழ்க்கை! ஆனால் இது சில நாட்கள்தான்.

1962-இல் சிறையிலிருந்து வெளிவந்தவுடன் பிரிவினை எதிர்ப்புப் பிரசாரத்தை வேகமாக நடத்தினார். அந்த வேகம் அவருக்குக் கட்சியிலும், வெளியில் தி.மு.க.விடமிருந்தும் பல எதிர்ப்புகளை உண்டாக்கியது. எதிர்ப்புக்கு அஞ்சவில்லை. கொள்கை வென்றது.

தி.மு.க. பிரிவினையைக் கைவிட வேண்டிய நிர்ப்பந்தம் ஏற்பட்டது.

1969 முதல் *71* வரை பிற்போக்குச் சக்திகளை எதிர்த்து சக்திமிக்க பிரசாரம் நடத்தினார். கம்யூனிஸ்ட் கட்சியை மக்களின் கட்சியாகக் கட்டிவளர்க்க வேண்டுமென்று பல வழிகளில் முயன்றார். இதனால் கட்சிக்குள் பல சந்தேகங்கள் அவர் மீது ஏற்பட்டதுண்டு, பல எதிர்ப்புகளும் கிளம்பின.

கட்சியைக் காக்க

கட்சியைப் பிளக்க *1962* முதல் *1964* வரை பலவித செயல்கள் நடந்தபோது 'பழைய தலைமையை' எதிர்த்து தொடர்ந்து போராடினார். இதில் கசப்பான அனுபவங்கள் ஏற்பட்டது. சில நேரங்களில் அவசரக் கோலத்தில் செயல்பட்டு அதிருப்தியைச் சம்பாதித்தார். ஆனால் அவரது கட்சிப் பற்றையும், அரசியல் உணர்வையும் அவதூறு கூறமுடியாது.

1971-இல் நாடாளுமன்றத்தில் அவர் அமர்ந்தபோது இரண்டு ஆண்டுகள் திறம்படச் செயல்பட்டார். நாடாளுமன்றத்தில் பல கட்சியைச் சார்ந்த தலைவர்கள் அவரது திறமையைப் பாராட்டியுள்ளனர்.

1937 முதல் *1973* மே மாதம் முடிய அவரது அரசியல் வாழ்க்கை *37* ஆண்டுகள் ஆகும். இந்த *37* ஆண்டுகளில் ஓய்வு ஒழிச்சலற்ற

சுறுசுறுப்பான பொது வாழ்க்கை நடத்தினார். சொந்த வாழ்க்கையில் பல சோகச் சம்பவங்கள் உண்டு. அவை அவரது பொது வாழ்வைக் குலைக்கவில்லை. பன்னிரண்டு ஆண்டுகளுக்கு மேல் சிறை வாழ்க்கை, ஐந்தரை ஆண்டுகள் தலைமறைவு வாழ்க்கை. வன்முறையாளர்கள், போலீஸ் துறையினர் தாக்குதலுக்கு ஆளாகியுள்ளார். தன்னை வருத்திக் கொண்டு பலமுறை உண்ணா நோன்பு பல நாட்கள் இருந்துள்ளார். அதைக் கூட்டிப் பார்த்தால் 3 மாதங்களுக்கு மேல் வரும். தனக்கென்று சொத்து, சுகம் தேடிக் கொண்டதில்லை. தியாகம் செய்ய அஞ்சியதில்லை. குறுக்கு வழியில் முன்னேற முயற்சிக்கவில்லை. கொள்கைகளுக்காகப் போராடி வெற்றி கண்டுள்ளார், கசப்பு ஏற்பட்டாலும், துரிதமாக மறந்துவிடும் குணமும் உண்டு. போராட்டங்களுக்குத் தலைமை தாங்கும் துணிவும் நாடாளுமன்றத்தில் திறம்படச் செயலாற்றும் திறனும் பெற்றிருந்தார். முற்போக்கு இலக்கியங்களில் அக்கறை காட்டி கலை இலக்கியப் பெருமன்றத்தை கட்டி வளர்க்க முயன்றார். பேச்சுத்திறனும் எழுத்து வளமும் பெற்றிருந்தார். கூட்டு வாழ்க்கையில் கட்டுப்பாடுகளைக் கடைப்பிடித்தார்.

நாட்டுக்கும் கட்சிக்கும் தலைமை தாங்கும் பக்குவம் பெற்றிருந்த அவரது வாழ்க்கையில் துணிவும், தியாகமும் தலை தூக்கி நின்றன. இப்படிப்பட்ட பாலனை நாம் முன்னுதாரணமாகக் கொள்வோம்.

நாட்டுக்கும் கட்சிக்கும் அயராது பாடுபடுவோம்.

-பாலன் மலர் 1974

ஏ.எஸ்.கே.

- ப.மாணிக்கம்

தோழர் ஏ.எஸ்.கே. மறைந்து இரண்டு ஆண்டுகளாகின்றன. அவர் மறைந்தபின் நமது நாட்டில் பல அரசியல் நிகழ்ச்சிகள் நடந்துள்ளன. அவரது வாழ்க்கை 1936-லிருந்து 1978 வரை இடைவிடாத உழைப்பும் அளவிட முடியாத தியாகங்களும் நிறைந்துள்ளதாகும்.

ஆரம்பகாலம்

அவர் செகந்திராபாத் நகரிலிருந்து 1935-இல் சென்னைக்கு எம்.ஏ. பட்டதாரியாக வந்து நேரிடையாகக் கம்யூனிஸ்ட் இயக்கத்தில் பாடுபடத் தொடங்கினார். அன்றிலிருந்து சாகும்வரை கம்யூனிஸ்ட் இயக்கம் வகுத்துக் கொடுத்த கடமைகளை இடைவிடாது நிறைவேற்றி வந்துள்ளார். கம்யூனிஸ்ட் இயக்கத்தில் பாடுபடுவதற்குத் தன்னுடைய சொந்த வாழ்க்கையில் எத்தகைய இக்கட்டும் வரக் கூடாது என்பதற்காகத் திருமணம் புரிந்து கொள்ளாமல் தனித்த வாழ்வையே மேற்கொண்டார்.

பெயர் மாற்றம்

இந்திய சமுதாயத்தில் மத, ஜாதிய வேறுபாடுகளை அவர் அறவே வெறுத்தார். இதன் காரணமாகத் தனது பெயரோடு 'அய்யங்கார்' என்று இருந்ததை நீக்கி, 'ஏஎஸ்கே' என்று மட்டும் வைத்துக் கொண்டார். ஜாதீய மனோபாவங்களை அவர் அறவே வெறுத்தார். அவருடைய பொது வாழ்வு தியாகங்கள் நிறைந்த வாழ்க்கை என்பதற்கு ஒரு எடுத்துக்காட்டாக அமைந்துள்ளது.

அவர் சென்னைக்கு வந்த ஆரம்ப காலத்தில் சென்னை இன்று இருப்பதைவிடப் பத்துமடங்கு சிறியதாக இருந்தது. அந்நாளில் அரசியல் பொதுவாழ்வில் தியாக உணர்வும் மனோ திடமும் உள்ளவர்கள்தான் பங்கெடுத்துச் செயலாற்ற முடியும், அதற்குரிய வைராக்கியத்தை அவர் பெற்றிருந்தார்.

தொழிலாளர் இயக்கத்தில்

அவர் 1936-இல் பிராட்வே பகுதியில் தங்கியிருந்தார். அப்போது காங்கிரஸ் சோஷலிஸ்ட் கட்சிதான் பகிரங்கமாக வேலை செய்து வந்தது.

அதில் இருந்து கொண்டுதான் தேசிய விடுதலை இயக்கத்திற்கும் தொழிலாளர் இயக்கத்திற்கும் பாடுபட்டு வந்தார். அன்று அவருக்கு வழிகாட்டியவர்கள் தோழர் எஸ்.வி. காட்டேயும் தோழர் ஜீவானந்தமும் ஆவர்.

தொழிற்சங்க இயக்கத்தில் ஆரம்ப காலத்தில் அச்சுத் தொழிலாளர் சங்கத்தை உருவாக்கிப் பின்னர் மதுமரத் தொழிலாளர்கள், மூக்குப் பொடி தயாரிக்கும் தொழிலாளர்கள், அதையடுத்து 'தினமணி' போன்ற பத்திரிகைகளில் வேலை செய்யும் தொழிலாளர்கள் எனப் பல்வேறு தொழிற்சங்க இயக்கங்களை உருவாக்கிச் செயல்படுத்தினார்.

காங்கிரஸ் சோஷலிஸ்ட் கட்சியில்

இந்தத் தொழிலாளர் இயக்கத்திற்கெல்லாம் காங்கிரஸ் சோஷலிஸ்ட் கட்சி உதவி வந்ததனால் அந்த அலுவலகத்திற்கே 'ஸ்டிரைக் ஆபீஸ்' என்று பெயர் வழங்கி வந்தது. தொழிலாளர்கள் தங்களுடைய உரிமைக்காகப் போராடினால் யாருடைய உதவியை நாடுவது என்று தயங்கவேண்டிய அவசியமே அன்று இல்லை. அவர்களே, நேரிடையாக ஸ்டிரைக் ஆபீசுக்குச் செல்வோம் என்று வந்து தங்களுக்கு வழிகாட்டித் தலைமை ஏற்க வேண்டும் என்று அழைப்பார்கள். அன்று தொழிலாளர்களுடைய வாழ்க்கை நிலையையும், அவர்களுடைய நல்வாழ்வுக்கு யார் வழிகாட்டினார்கள் என்பதையும் இது எடுத்துக்காட்டுகிறது. அன்றிருந்த காங்கிரஸ் சோஷலிஸ்ட் கட்சிக்கு தோழர் ஜீவா செயலாளராக இருந்தார். தோழர்கள் ஜீவா, ஏ.எஸ்.கே., கே.முருகேசன், பி.ராமமூர்த்தி, சீனிவாசராவ் ஆகியோர் தொழிலாளர்களுடைய நல்வாழ்வுப் போராட்டங்களில் அன்று தலைமைதாங்கி நடத்தியவர்களாவார்கள். இவர்களெல்லாம் கம்யூனிஸ்ட் கட்சி உறுப்பினர்களாக இருந்துகொண்டே, காங்கிரஸ் உறுப்பினர்களாக இருந்துகொண்டே காங்கிரஸ் சோஷலிஸ்ட் கட்சியில் செயல்பட்டார்கள். காரணம், அக்காலத்தில் கம்யூனிஸ்ட் கட்சி தடை செய்யப்பட்டிருந்ததேயாகும்.

விடுதலைப் போராட்டத்தில்...

இதே காலகட்டத்தில் (1936-40) விடுதலை இயக்க அரசியல் போராட்டங்களிலும் தோழர் ஏ.எஸ்.கே. பங்கு பெற்றார். 1939-இல் தொடங்கி இரண்டாவது உலகமகாயுத்த காலத்தில், யுத்த எதிர்ப்புப் பேச்சுக்களுக்காகக் கைது செய்யப்பட்டு சிறை வைக்கப்பட்டார். 1942-ல் விடுதலையாகி மீண்டும் அவர் கைது செய்யப்பட்டார். பின்னர் 1946-ஆம் ஆண்டிலும், அதற்குப் பின்னர் 1948-ஆம் ஆண்டிலும் அவர் சிறையில் அடைக்கப்பட்டார். 1951-இல்தான் விடுதலையானார்.

அடுத்தடுத்து வந்த ஆண்டுக்கணக்கான சிறைவாழ்க்கையில் அரசியல் நிலையில் தளராது பாடுபட்டு வந்தார்.

நூலாசிரியர்

அவர் வெளியிட்ட நூல்களில் 'கம்யூனிசம்' என்கிற நூல் மார்க்சின் கம்யூனிஸ்ட் கட்சி அறிக்கை முதல், 1960-இல் உலகக் கம்யூனிஸ்ட் இயக்கம் வெளியிட்ட அறிக்கை வரை விரிவான அரசியல் விளக்கங்களைக் கொண்ட கருவூலமாக அமைந்துள்ளது.

நீண்ட அரசியல் வாழ்விலும், தொழிற்சங்க இயக்க கூட்டுறவுத் துறை அனுபவங்களினாலும் சிறந்த ஆங்கில நூலை அவர் எழுதி வெளியிட்டுள்ளார். பொது வாழ்விலும், தொழிற்சங்க இயக்கத்திலும் ஏற்பட்ட அனுபவத்தை வைத்து, 'தங்கம்மா' என்கிற முற்போக்கான ஒரு சமூக நாவலை வெளியிட்டு தமிழ்ச் சமுதாயத்தில் உள்ள சீர்கேடு களைப் போக்குவதற்கு ஒரு கருவியாக அதைப் பயன்படுத்தினார்.

எல்லாவற்றிற்கும் சிகரம் வைத்தாற்போல் சென்னை துறைமுகத் தொழிலாளர்களைச் சங்க அமைப்பில் கொண்டுவந்ததில் தோழர் ஏ.எஸ்.கே.யின் பங்கு மகத்தானது. துறைமுகத் தொழிலாளர்கள் கொத்தடிமைகள் போலவும், உத்தரவாதமற்ற கூலியாட்களாகவும் உழைத்து வந்தவர்களை உரிமை உணர்வு பெற்றவர்களாக மாற்றி அமைத்ததில் தோழர் ஏ.எஸ்.கே.யின் உழைப்பும் திறமையும் எல்லோருடைய பாராட்டுதலையும் பெற்றது.

துறைமுகத் தொழிலாளர்களும் துறைமுக டிரஸ்ட் தொழிலாளர்களும் நடுத்தர ஊழியர்களும் இன்று பெற்றிருக்கக்கூடிய உரிமைகள் அவரது வழிகாட்டுதலாலும், பல போராட்டங்களாலும் பெற்றவைகளாகும்.

துறைமுகத் தொழிலாளர்களுடைய நல்வாழ்க்கையில் ஆழ்ந்த அக்கறை கொண்டிருந்த அவர், கூட்டுறவு மூலம், நல்ல பொருள்கள் கிடைக்கப் பல நோக்கு விற்பனை நிலையமும் அவர்களுக்குக் கடன் வசதி கிடைக்க நாணயச் சங்கமும் பரஸ்பர உதவியைப் பெறுவதற்கு ஒரு சகாய நிதி நிறுவனமும் ஏற்படுத்தினார். இது தொழிலாளர்களுடைய வாழ்க்கையில் நல்ல பலனைத் தந்துள்ளது. இதுமட்டுமல்லாது துறைமுகத் தொழிலாளர் வீட்டுப்பிள்ளைகள் நவீன தொழில் நுணுக்கக் கல்வி பெற வேண்டும் என்பதற்காக ஒரு தொழிற் கல்வி நிலையத்தை ஏற்படுத்த விரும்பினார்.

ஆதர்ச புருஷர்

தமிழ்நாட்டில் 1936-46 கால கட்டங்களில் தொழிலாளர் நடத்திய பல்வேறு இயக்கங்களிலும் போராட்டங்களிலும் அவர் பங்கு பெற்றவர். தொழிலாளர்கள் உரிமைப் போராட்டங்கள் நடத்துகின்ற நேரங்களில் எல்லாம் தோழர் ஏ.எஸ்.கே.யின் சங்கநாதம் அந்நாளில் கேட்கும். தமிழகத்தில் தொழிலாளர்களின் நல்வாழ்வுக்காக, நாட்டின் விடுதலைக்காக, சமுதாய மாற்றத்திற்காகத் தன்னை முழுமையாக அர்ப்பணித்து தியாகம் நிறைந்த வாழ்க்கையை மேற்கொண்ட ஒரு மகத்தான மனிதர் தோழர் ஏ.எஸ்.கே. என்பதை நாம் நினைவு கூர்வது அவசியம்.

அவரது உழைப்பும் தியாகமும் லட்சியப் பிடிப்பும் வளரும் தலைமுறைக்கு ஒரு எடுத்துக்காட்டாக விளங்குகிறது. நாமும் அவர் வழி நடப்போம்.

'ஹார்பர் தொழிலாளி'
(ஏ.எஸ்.கே.மலர்) 1981

ஐம்பது ஆண்டுகளின் லட்சியப் பயணம்

- ப.மாணிக்கம்

ஜனசக்தி 1937 நவம்பர் 7-இல் தொடங்கப்பட்டது. 1987 நவம்பரில் 50 ஆண்டுகள் பூர்த்தியாகிறது. காங்கிரஸ் சோஷலிஸ்ட் கட்சியின் வாரப் பத்திரிகையாக தொடங்கப்பட்டது.

தோழர் ஜீவானந்தம் அதன் முதல் ஆசிரியர். அவர் அன்று தமிழ் நாட்டில் காங்கிரஸ் சோஷலிஸ்ட் கட்சியின் செயலாளர். 'ஜனசக்தி'யைத் தொடங்க தொழிலாளிகளிடமும் சோஷலிசத்தில் ஆர்வமுள்ளவர்களிடமும் நிதிதிரட்டி தொடங்கப்பட்டது.

அன்று சொந்த அச்சகம் கிடையாது.

அச்சகத்தாருக்கு அரசு முனையிலிருந்து மிரட்டலும், ஜாமீன் நிபந்தனையும் ஏற்பட்டதால் தற்காலிகமாகப் பத்திரிகையை நிறுத்தி, வேறு அச்சகத்தில் அச்சடிக்கப்பட்டது.

இது ஆரம்பகால சோதனைகள்.

தொடங்கும்போதே சோஷலிச லட்சியங்களுக்கும் தொழிலாளி வர்க்க தத்துவத்திற்கும், அரசியல் லட்சியங்களுக்கும் 'ஜனசக்தி' அர்ப்பணித்துக் கொண்டது.

ஐம்பது ஆண்டுகளாக இந்த லட்சியங்களைக் கைவிடாது, தொடர்ந்து பாடுபட்டு வருகிறது. இந்த 50 ஆண்டுகளில் 'ஜனசக்தி' தனது லட்சியப் பாதையை விட்டு விலகவில்லை. அடக்கு முறை, நிதிப்பற்றாக்குறை, நஷ்டங்கள், ஆசிரியர்கள் கைது செய்யப்பட்டு, சிறைவாசம், அவதூறுகள், சீர்குலைவு வேலைகள் அனைத்தையும் சந்தித்து முன்னேறி இன்று தினத்தாளாக வருகிறது.

1942-இல் கம்யூனிஸ்ட் கட்சிப் பத்திரிகையாக வெளிவந்தது. காங்கிரஸ் சோஷலிஸ்ட் கட்சி முழுமையாக கம்யூனிஸ்ட் கட்சியாகப் பரிணமித்தது.

எனவே தனது லட்சியத்தில் வழுவாமல் மேலும் உறுதியுடன் உலகப்பார்வையுடன் 'ஜனசக்தி' அனுபவமும், ஆர்வமும் நிறைந்த தோழர்களால் நடத்தப்பட்டது.

சொந்த அச்சகம் வாங்கப்பட்டது.

இந்த அச்சகம் புதிய இயந்திரங்களைக் கொண்டதல்ல. இத்தகைய அச்சகத்தை நிறுவ சில தோழர்கள் தங்கள் நில உடமையை விற்றுக் கொடுத்தனர். சில தொழிலாளிகள் தங்கள் ஊதியத்தைத் தந்தனர்.

உழைக்கும் தாய்மார்கள் தங்கள் மோதிரங்களை, நகைகளை விற்றுக்கொடுத்தனர். தங்களது வர்க்கத்திற்கு ஒரு அச்சகம் தேவை என உணர்ந்து செய்தனர்.

'ஜனசக்தி' அச்சகம் உழைப்பாளி மக்களால் வாங்கித் தரப்பட்டது. தியாக உணர்வு நிறைந்த கம்யூனிஸ்டுகளால் வாங்கித் தரப்பட்டது. நினைத்துப் பார்த்தால் நெஞ்சு விம்முகிறது. கண்கள் பனிக்கின்றன. தொடக்க கர்த்தாக்களின் தியாகம், வைராக்கியம், உழைப்பு இன்றும் சிந்தனைக்கு உறுதியூட்டுகிறது. வந்த வழியைத் திரும்பிப் பார்த்து நம்பிக்கை பெற்று, கடக்க வேண்டிய தூரத்தை தன்னம்பிக்கையோடு எதிர்நோக்குவதுதான் நீண்ட பயணத்தின் இலக்கணமாகும். 'ஜனசக்தி'யின் நீண்ட பயணம் இந்த இலக்கணத்தை உண்மையாக்கியுள்ளது.

'ஜனசக்தி' தொடங்கிய காலம்

1937-இல் ஜனசக்தி தொடங்கியபோது பிரிட்டிஷ் ஏகாதிபத்திய ஆட்சியை எதிர்த்து விடுதலைப் போராட்டம் தொடர்ந்து நடந்த காலம் ஆகும். அந்நேரத்தில் சென்னை மாநிலத்தில் தமிழகம், கேரளம், ஆந்திரம், மங்களூர் பகுதி, ஒரிசாவின் கஞ்சம் மாவட்டம் உள்ளடங்கியது. காங்கிரஸ் ஆட்சி ராஜாஜி தலைமையில் தொடங்கிய காலம்.

உலக அரங்கில் யுத்த மேகம் சூழ்ந்திருந்த காலம். ஹிட்லர், முசோலினி போன்றோர் பாசிஸ்ட் ஆட்சியை ஜெர்மனியிலும், இத்தாலி நாட்டிலும் நிறுவியிருந்த காலம். ஐரோப்பிய மக்கள் அச்சம் கொண்டு வாழ்ந்த காலம். முதலாளித்துவப் பொருளாதார நெருக்கடி முற்றி வந்த காலம்.

உலக கம்யூனிஸ்ட் அமைப்பு ஒன்று செயல்பட்டு வந்த காலம். இந்த கம்யூனிஸ்ட் அகிலத்தின் பொதுச்செயலாளர் தோழர் ஜார்ஜ் டிமிட்ரோவ் 1935-ஆம் ஆண்டில் சமர்ப்பித்த 'பாசிஸ்ட் எதிர்ப்பு ஐக்கிய முன்னணிக் கொள்கை' கம்யூனிஸ்ட்களால் ஏற்றுக் கொள்ளப்பட்டிருந்த காலம். உலக மக்கள் இக்கொள்கையை வரவேற்றனர். கம்யூனிஸம் உலகப் போரின் எதிரி, மக்களின் வாழ்வைப் பாதுகாக்கும் நண்பன், நாகரிகத்தின் பாதுகாவலன் எனப் பெயர் பெற்ற காலம்.

இந்தியாவில் உழைக்கும் மக்கள் கடுமையாகச் சுரண்டப்பட்ட காலம். இந்தியாவில் பிரிட்டிஷாரின் மூலதனம் ஆதிக்கம் செலுத்திய காலம். விவசாயிகள் ஏழ்மைக்கு உள்ளாகி, கடனாளியாக வாழ்ந்த காலம். நாட்டின் விடுதலை மூலம் புதிய சமுதாயத்தை உருவாக்க வேண்டும் எனும் லட்சியம் இளைய தலைமுறையைக் கவர்ந்திழுத்த காலம். காங்கிரஸ் கட்சி அன்று விடுதலைக்குப் போராடும் இயக்கம். இதிலே கம்யூனிஸ்டுகளும் இணைந்திருந்தனர். காங்கிரஸ் சோஷலிஸ்ட் கட்சி என்ற அமைப்பும் உருவாகியிருந்தது. இடதுசாரிகள் ஐக்கியப் பட்டு விடுதலைப் போராட்டத்தைத் தீவிரப்படுத்த போராடி வந்த காலம். இத்தகைய போர்க்குணமிக்க காலத்தில்தான் சோஷலிச லட்சியங் களுக்குத் தன்னை அர்ப்பணித்துக் கொண்டு 'ஜனசக்தி' பிறந்தது.

சந்தித்த போராட்டங்கள்

1937 முதல் 1942 வரை 'ஜனசக்தி' நாட்டின் விடுதலை இயக்கத்திற்கும். உழைப்பாளி மக்கள் தங்களின் உரிமைகளைப் பெற நடத்திய போராட்டங்களுக்கும், ஜமீன் இனாம் ஒழிப்பு-விவசாயிகள் இயக்கங்களுக்கும் உறுதுணையாக நின்றது. 1938-இல் நடந்த அண்ணாமலைப் பல்கலைகழக மாணவர் போராட்டத்திற்கும் துணை நின்றது. தமிழகத்தில் மாணவர்கள் இயக்கம் வளர அன்று பெரிதும் உதவியது 'ஜனசக்தி' தான். தமிழக அரசியலில் இடதுசாரிக் கருத்துக்கள் பரவவும், கோவை, மதுரை, சென்னை போன்ற நகரங்களில் பஞ்சாலைத் தொழிலாளர்களின் போராட்டங்களுக்குத் துணை நின்றது. ரயில்வே தொழிலாளர் இயக்கம் புதுப்பித்து வளரவும் விரிவடையவும் துணை நின்றது 'ஜனசக்தி' பத்திரிகையே!

இந்திய விடுதலைப் போராட்டம் மக்கள் போராட்டமாக விரிவடைய வேண்டும் எனும் கருத்தை மக்களிடம் வேரூன்றச் செய்த கடமையைத் துணிவோடு செய்தது 'ஜனசக்தி'யே.

ராஜாஜி தலைமையிலிருந்த மந்திரிசபை, பத்திரிகைக்கு ஜாமீன் கட்ட வேண்டுமெனும் அடக்குமுறையைப் பயன்படுத்தி முடக்கப் பார்த்தது. அன்று 'ஜனசக்தி'யைக் கட்டிக்காத்து வளர்த்த மூத்த தலைமுறையை நன்றியோடு நினைவு கூர்வது நமது கடமையாகும்.

1942-1945

இக்கால கட்டத்தில் 'ஜனசக்தி' உலகப்போரில் ஏற்பட்ட மாற்றங் களை 'மக்கள் யுத்தமாக' மதிப்பிட்டு விரிந்த அளவில் பிரச்சாரம் செய்தது. தேசியத் தலைவர்கள் மீது பிரிட்டிஷ் ஆட்சி தொடுத்த அடக்குமுறையை எதிர்த்துக் கிளர்ச்சி நடத்தியது. 1942 ஆகஸ்ட்

9-க்குப் பிறகு நாட்டின் பல்வேறு பாகங்களில் நடந்த பிரிட்டிஷ் ஆட்சியின் கொடிய அடக்குமுறைகளை எதிர்த்து 'ஜனசக்தி' தனது பிரச்சாரத்தின் மூலம் மக்களைத் தட்டி எழுப்பியது. 1942 ஆகஸ்ட் போராட்டத்தில் நடந்த நிகழ்ச்சியை ஒட்டி குலசேகரப்பட்டினம் வழக்கில் தூக்குத் தண்டனை பெற்ற காசிராஜன், ராஜகோபாலனைத் தூக்கிலிடாதே என்கிற இயக்கத்தை நடத்தி, தூக்குத் தண்டனையை மாற்றி, ஆயுள்தண்டனையாக்குவதில் வெற்றி கண்டது. கேரளாவில் கையூர் தோழர்களுக்கு தூக்குத் தண்டனை விதித்ததை எதிர்த்து பெருங்கிளர்ச்சி நடத்தியதில் 'ஜனசக்தி' தனது பங்கைச் செலுத்தியது. காந்திஜியும் கையூர்த் தோழர்களைத் தூக்கிலிடக் கூடாது எனக் கோரினார்.

கோவை சின்னியம்பாளையம் தோழர்கள் தூக்கு தண்டனையை எதிர்த்து 'ஜனசக்தி' கிளர்ச்சி நடத்தியது. பிரிட்டிஷ் ஆட்சி மக்கள் கிளர்ச்சியை அலட்சியம் செய்து தூக்குத் தண்டனையை நிறைவேற்றியது.

1942-45 காலகட்டத்தில் இந்து முஸ்லிம் ஒற்றுமைக்காகவும் தேசியத் தலைவர்கள் விடுதலைக்காகவும் பாடுபட்டு வந்தது.

உலகப்போரில் சோவியத் யூனியன் புரிந்து வரும் மகத்தான போர்ச் சாதனைகளைத் தமிழக மக்களுக்கு எடுத்து விளக்கி வந்தது. ஹிட்லரின் நாஜிப் படைகள் ஏற்படுத்திய நாசத்தையும், அதை எதிர்த்து, சோவியத் செஞ்சேனை பெற்ற தியாகம் நிறைந்த வெற்றிகளையும் மக்களுக்கு எடுத்துக் கூறியது.

இக்கால கட்டத்தில் கம்யூனிஸ்ட்டுகளைத் தேசத் துரோகிகள் எனப் பிற்போக்காளர்களும், சில அதிதீவிரவாதிகளும் பரிகாசம் செய்த போது, 'ஜனசக்தி' கம்யூனிஸ்ட் எதிர்ப்பாளர்களை அம்பலப்படுத்தி அரசியல் தெளிவை உண்டாக்கி வந்தது.

இக்கால கட்டத்தில்தான் தொழிற்சங்கம், விவசாய சங்கம், மாணவர் இயக்கங்கள் வளர்ந்து உருவாக பெருஞ்சாதனை புரிந்தது 'ஜனசக்தி'. தஞ்சைத் தரணியில் பண்ணையடிமைத் தனத்தை எதிர்த்து வெற்றி காண விவசாயத் தொழிலாளர்களுக்கு கேடயமாக விளங்கியது.

வங்கத்தில் ஏற்பட்ட பஞ்சத்தால் கோடிக்கணக்கில் செத்து மடிந்த உண்மைகளை எடுத்துக் கூறி பிரிட்டிஷ் ஆட்சியின் கொள்கைகளை, நிர்வாகத்தை அம்பலப்படுத்தியதோடு, வங்க மக்களைக் காப்பாற்ற நிவாரண நடவடிக்கைகளுக்கும் வழி காட்டியது. தமிழகமெங்கும் மக்களிடம் நிதிதிரட்டி உதவியும், சென்னை மருத்துவக் கல்லூரி

மாணவர்கள் வங்காளம் சென்று சேவை செய்யவும் ஊக்கமூட்டி வந்தது. அச்சேவையில் ஈடுபட்டோர் இன்றும் நம்மிடையே வாழ்ந்து மக்கள் சேவையில் ஈடுபட்டு வருகின்றனர்.

1942-45-ஆம் ஆண்டுகளில் 'ஜனசக்தி'யின் சேவை தமிழகத்தில் தனி முத்திரை பதித்தது. தமிழக அரசியல்வாதிகள் அனைவரும் ஆர்வமுடன் வாங்கிப் படிக்கும் பத்திரிகையாக, உழைக்கும் மக்கள் போற்றி வளர்த்த பத்திரிகையாகத் திகழ்ந்தது. சுருங்கக் கூறினால் மக்களின் ஓங்காரக் குரலாகச் செயல்பட்டது.

சுதந்திரத்திற்குப் பின் 1946-48

உலகப்போர் முடிந்து இந்திய தேசிய ராணுவமும், கடற்படைப் போராட்டமும் வெடித்தன. நமது நாட்டின் விடுதலைக்கான போராட்டத்தின் இறுதிப் போராட்டம் இதுதான். இப்போராட்டங்களுக்குப் பின்னர்தான், பிரிட்டிஷ் ஆட்சி 'அரசு அதிகாரத்தை' மாற்றி இந்திய மக்களிடம் ஒப்படைக்க முன் வந்தது. கடற்படை எழுச்சியின் விவரங்களைக் கூறியது மட்டுமின்றி, மக்களையும் கடற்படை வீரர்களுக்கு ஆதரவாக எழுச்சியுறச் செய்தது 'ஜனசக்தி'யேயாகும். தமிழகத்தின் முக்கிய நகரங்களில் சென்னை, திருச்சி, மதுரை, நெல்லை, கோவை, சேலம், வேலூர் போன்ற நகரங்களில் எழுச்சி மிக்க பொதுவேலை நிறுத்தங்கள் நடைபெற்றன.

1947 ஆகஸ்ட்டில் சுதந்திரம் வந்தபின் மக்களிடம் ஏற்பட்ட புதிய மகிழ்ச்சியில் எதிர்காலக் கடமைகளை சுதந்திர அரசு செய்யும் என நம்பிக்கையில் ஆழ்ந்துவிட்டனர். இக்கால கட்டத்திலும் கம்யூனிச எதிர்ப்பு தலைதூக்கி நின்றது. உண்மைகளை எடுத்துக்கூறி மக்களின் ஜனநாயக உணர்வை வளர்க்க 'ஜனசக்தி' பாடுபட்டது.

1948-இல் புதிய காங்கிரஸ் ஆட்சியின் தவறுகளை அடக்குமுறைகளைக் கண்டித்து 'ஜனசக்தி' கிளர்ச்சி செய்தது.

இக்காலகட்டத்தில் மத்தியில் ஏற்பட்டிருந்த காங்கிரஸ் ஆட்சி கம்யூனிஸ எதிர்ப்பில் ஈடுபட்டது. இதன் காரணமாக அதன் வெளி நாட்டுக் கொள்கையிலும், உள்நாட்டுப் பொருளாதாரக் கொள்கையிலும் உறுதியற்ற நிலை எடுத்து வந்தது.

இதை எதிர்ப்பதில் சில நேரங்களில் அதிதீவிரத் தன்மையை 'ஜனசக்தி' மேற்கொண்டது. இதன் காரணமாக 'ஜனசக்தி' அடக்கு முறைக்குள்ளானது.

இக்காலகட்டத்தில் கம்யூனிஸ்ட் கட்சி எடுத்த அதிதீவிர நிலைப் பாடுகள் மத்திய அரசோடு மோதல்களை வளர்த்தது. அடக்குமுறை கொடுமையான வடிவங்களை எடுத்தது. இது 'ஜனசக்தி'க்கும் பாதகத்தை விளைவித்தது.

கொண்ட கொள்கையில் 'ஜனசக்தி' வழுவாமல் நின்றதால் அடக்கு முறைக்குள்ளாகி சில காலம் நடைபெற முடியாத நிலை ஏற்பட்டது.

இக்கால கட்டத்தில் பல நாடுகளில் வளர்ந்திருந்த விடுதலை இயக்கங்கள் வெற்றி பெற்றன. பல நாடுகள் பிரிட்டிஷ், பிரஞ்சு, ஜப்பானிய ஆதிக்கத்திலிருந்து விடுதலை பெற்றன. புதிய சுதந்திர நாடுகளின் சங்க நாதத்தை 'ஜனசக்தி' ஒலித்து வந்தது.

மக்களின் எழுச்சியும் விடுதலை இயக்கங்களும் வெற்றிக் கொடி நாட்டிய காலம் இது. நமது நாட்டில் ஏற்பட்ட புதிய சுதந்திர ஆட்சி தனது கொள்கைத் தடுமாற்றத்தாலும் கம்யூனிஸ்ட் எதிர்ப்புக் கொள்கை யாலும் மக்களிடமிருந்து தனிமைப்பட்ட அபாயமும் ஏற்பட்டது. இப்படிப்பட்ட சூழ்நிலையில் தான் மக்களின் எதிர்பார்ப்புகள் பல வடிவங்களில் வெளிப்பட்டன. இந்த எழுச்சி அடக்குமுறைக்கு உள்ளானது. 'ஜனசக்தி' மக்கள் பக்கம் உறுதியாக நின்று செயல்பட்டது.

1948-52

இக்காலத்தில் 'ஜனசக்தி' அடக்கு முறைகளுக்கு உள்ளானது, தொடர்ந்து வெளிவர முடியவில்லை. இந்த அமைப்பில் பத்திரிகையில் வேலை செய்தவர்களும் அடக்கு முறைக்கு உள்ளானார்கள். அடக்கு முறைகளை மீறி, 'முன்னணி' 'போரணி', 'உலக அரசியல்' எனும் பெயரில் பத்திரிகைகள் தொடர்ந்து நடத்த முயற்சிகள் மேற்கொள்ளப் பட்டன. இந்த காலத்தின் ஆரம்பத்தில், 1948-49-ஆம் ஆண்டுகளில் சிறிய 'கை அச்சு' முறையில் பத்திரிகை ஒன்று, தலைமறைவாக வெளிவந்தது. மத்திய மாநில அரசின் அடக்குமுறைச் செய்திகளை உணர்ச்சிபூர்வமாக வெளியிட்டு வந்தது. வீரம் செறிந்த இயக்கச் செய்திகளையும் வெளியிட்டது. இவை எல்லாம் 'ஜனசக்தி'யின் தொடர்ச்சிக் கணைகள் என்ற முறையில் செயல்பட்டன. இக்காலங்களில் கவிஞர் தமிழ்ஒளி, குயிலன் போன்றோர் பத்திரிகை நடத்த உதவினார்கள் என்பதை நினைவு கூர்வது அவசியம். உழைப்பாளி வர்க்கத்தின் பத்திரிகையை அடக்கு முறைகளை மீறி நடத்த கவிஞர்கள் முன் வந்தார்கள் என்பது தமிழகப் பத்திரிகை வரலாற்றில் முக்கிய உண்மையாகும்.

இந்தியக் குடியரசின் முதல் தேர்தல்

அடக்குமுறைகள் தகர்ந்து, தலைவர்கள், பத்திரிகை ஆசிரியர்கள் விடுதலை பெற்று 'ஜனசக்தி'யை ஆரம்பித்து நடத்தினார்கள். தினத்தாளாக 1952 பொதுத் தேர்தலின் போது வந்தது. விளம்பர வருமானமில்லாமல் நஷ்டத்தோடு நடந்தாலும் தமிழக உழைப்பாளி மக்களைத் திரட்டவும் ஜனநாயக சக்திகளின் அணியைத் திரட்டவும் 'ஐக்கிய ஜனநாயக முன்னணி' அமையவும் ஜனசக்தி பாடுபட்டது. தமிழக அரசியல் வரலாற்றில் எழுச்சிமிகு காலமாக இது பரிணமித்திருந்தது. இதில் 'ஜனசக்தி'யின் பங்கு மகத்தானது. இக்கால கட்டத்தில் காங்கிரஸ் கட்சி சென்னை மாநிலத்தில் தனது பெரும்பான்மையை இழந்திருந்தது. இதைச் சூழ்ச்சிகரமான அரசியல் சாகசங்கள் மூலம் மாற்றி மாநிலத்தின் அதிகார பீடத்தில் காங்கிரஸ் அமர்ந்தது. இந்தச் சூழ்ச்சி அரசியலில் ராஜாஜி, காமராஜ் முக்கியப் பங்கு வகித்தனர்.

இக்காலத்தில் (1952) சென்னை மாநிலத்தில் 65 சட்டமன்ற உறுப்பினர்களைக் கம்யூனிஸ்ட் கட்சி பெற்றிருந்தது. ஜனநாயகத்தில் நம்பிக்கை கொண்டிருந்த அரசியல் சக்திகள் ஒத்துழைப்போடு மாநில ஆட்சிப் பொறுப்பை ஏற்கும் நிலை ஏற்பட்டது. பழம்பெரும் காங்கிரஸ் தலைவர் ஆந்திரகேசரி பிரகாசம் தலைமையில் ஆட்சி அமைய இருந்ததைத்தான் ராஜாஜி - காமராஜ் கூட்டுச்சதி மாற்றி அமைத்தது.

இதே காலத்தில்தான் தஞ்சை மாவட்டத்தில் நில வெளியேற்றத்தை எதிர்த்தும், பண்ணையாள் அடிமைத்தனத்தை உதறித்தள்ளியும் எழுச்சி மிகுந்த கிளர்ச்சி நடைபெற்றது. ஜனநாயக ஐக்கிய முன்னணிக்கு வலுவான, விரிவான அடித்தளமிருந்தது. இத்தகைய நிலை ஆந்திரம், கேரளம், தமிழ்நாடு கொண்ட சென்னை மாநிலத்தில் அமைந்திருந்தது.

இந்த உண்மைகளை உணர்ந்திருந்த காங்கிரஸின் மத்தியத் தலைமை அரசியல் சாகஸத்தின் மூலம் மாற்ற முயற்சி மேற்கொண்டது 'உழைப்பாளர் பொதுநலக்கட்சி' எனும் அமைப்பு மாணிக்கவேலு நாயக்கர் தலைமையிலிருந்ததை காங்கிரஸ் தன் பக்கம் இழுத்துக் கொண்டது. அரசு அதிகாரத்தைப் பயன்படுத்தியும், கட்சி மாறலை ஊக்குவிக்கும் முயற்சிகள் மூலமும் காங்கிரஸ் அதிகாரத்திற்கு வந்தது. இந்தியாவில் கட்சி விட்டுக் கட்சி தாவும் சந்தர்ப்பவாத அரசியலை முதலில் தொடங்கி வைத்து, ஊக்குவித்தது காங்கிரஸ் தலைமைதான் (இதே காங்கிரஸ் தலைமை பெரும்பான்மையை 1984 தேர்தலில் பெற்றிருந்த போதிலும் கட்சி விட்டுக் கட்சி தாவுதலைத் தடை

செய்யும் சட்டத்தைக் கொண்டு வந்தது. அரசியல் வரலாற்றுச் சக்கரம் முன்னோக்கிச் செல்கிறது. இப்போது காங்கிரஸ் வரலாற்று விதிகளுக்கு இரையாகிறது. எந்தக் காங்கிரஸ் அரசியல் சந்தர்ப்பவாத மோசடிகளை ஊக்குவித்ததோ அதே காங்கிரஸ் இன்று அவர்கள் கட்சிக்குள்ளே மோசடிகளுக்கு ஆளாகியுள்ளது. மக்களிடம் அம்பலமாகி செல்வாக்கு இழந்து வருகிறது).

'ஜனசக்தி'யின் லட்சியப்பாதையில் இந்த உண்மைகளைக் கண்டும், மக்களிடம் எடுத்துக் கூறியும் 50 ஆண்டுகளாக சேவை செய்து வருவது நமக்குப் பெருமையையும், நம்பிக்கையையும் அளித்து வருகிறது.

1952-54 மொழி வழி மாநிலக் கிளர்ச்சி

மொழி வழி மாநிலங்களுக்கான கிளர்ச்சி 1953-54-ஆம் ஆண்டுகளில் நடைபெற்றது. ஆந்திரா, மஹாராஷ்டிரம் போன்ற மாநிலங்களில் இக்கிளர்ச்சிகள் வலுவாக நடைபெற்றன. கேரளத்தில் ஐக்கிய கேரளத்திற்காகவும், தமிழகத்தில் ஐக்கிய தமிழகத்திற்காகவும், மஹா குஜராத் மாநிலத்திற்காகவும் கிளர்ச்சிகள் நடைபெற்றன. இத்தகைய கிளர்ச்சிகளின் ஜனநாயகத் தன்மையை 'ஜனசக்தி' தொடர்ந்து வெளியிட்டு வந்தது.

இக்கிளர்ச்சிகளில் எல்லைப் பிரச்சினையைச் சில சக்திகள் மையப்படுத்திப் பிற்போக்குத் திசையில் திருப்ப முயன்றன. இது முறியடிக்கப்பட்டது. குறிப்பாக ஆந்திரக் கிளர்ச்சியில் பொட்டி ஸ்ரீராமுலு என்பவர் என்ஜினியர் - ஆந்திர மாநிலம் தனியாக அமைய வேண்டுமென சாகும்வரை உண்ணாவிரதமிருந்து உயிர்விட்டார்.

உணர்ச்சி மிகுந்த இக்கிளர்ச்சி நடந்த நேரத்தில் சென்னை ஆந்திராவுக்கு வேண்டுமென சில பிற்போக்கு சக்திகள் கோரிக்கை வைத்தன. ஆந்திராவின் இந்தியக் கம்யூனிஸ்ட் கட்சி "அது தவறு, அக்கோரிக்கை வலியுறுத்தினால் ஆந்திரக் கம்யூனிஸ்ட் கட்சி பங்கு பெறாது" என்று அரசியல் துணிவோடும், தெளிந்த நோக்கோடும் கூறியது. தமிழகத்திலும் கம்யூனிஸ்ட் கட்சி இதே நிலையில் நின்று ஆந்திர மாநில அமைப்புக்குப் போராடியது. தேசிய இன உணர்வும், பாட்டாளிவர்க்க அரசியல் நிலையும் வெற்றி கண்டன. ஆந்திரக் கிளர்ச்சிக்காரர்களில் பிற்போக்காளர்கள் ஒதுக்கப்பட்டனர். வரலாற்று முக்கியத்துவம் வாய்ந்த இந்த நிகழ்ச்சிப் போக்குகளை நாம் மறக்க இயலாது. இப்படிப்பட்ட கிளர்ச்சிகளின் போது 'ஜனசக்தி' தெளிவான

அரசியல் கட்டுரைகளையும், உணர்ச்சிகரமான இயக்கச் செய்திகளையும் வெளியிட்டுத் தமிழக மக்களை ஒன்று திரட்டியது.

ஐக்கிய தமிழகக் கிளர்ச்சிக்காக தோழர் ஜீவா முனைப்போடு செயல்பட்டார். திருவிதாங்கூர் சமஸ்தானத்திலிருந்த கன்னியாகுமரி மாவட்டப் பகுதியையும், செங்கோட்டைப் பகுதியையும் இணைக்கவும், திருவிதாங்கூர் சமஸ்தான மன்னர், அவரது நிர்வாகம் புரிந்த அடக்கு முறைகளை எதிர்த்தும் ‘ஜனசக்தி’ போராடியது. இந்த இயக்கமும் கேரளத்தில் நடந்த இயக்கமும் இனவெறியற்ற, தேசிய இன உணர்வோடு செயல்பட்டன.

கேரளத்தில் வடக்கு, தெற்கு மலபார் பகுதியுடன் திருவிதாங்கூர், கொச்சி ஆகிய சமஸ்தானப் பகுதிகளையும், கர்னாடகாவிலுள்ள மலையாளப் பகுதியையும் இணைத்து கேரள மாநிலமாக்கும் கிளர்ச்சியும் வெற்றியடைந்தது.

தேவிகுளம், பீர்மேடு பகுதியைத் தமிழ்நாட்டோடு இணைக்க வேண்டும் எனும் கோஷத்தைக் கொண்டு புகுத்தி, தமிழன், மலையாளி சண்டையை உண்டாக்க முயற்சி மேற்கொள்ளப்பட்டது. சிக்கல் நிறைந்த சூழ்நிலைகளில் ‘ஜனசக்தி’ தனது தெளிவான அரசியல் வழி காட்டுதல் மூலமும் கட்டுரைகள் மூலமும் மக்களை இனவெறி உணர்விலிருந்து மீட்டது.

ஆந்திரர், தமிழர், கேரள மக்கள் மத்தியில் சென்னை, தேவிகுளம் பீர்மேடு பகுதிகள் பற்றி கோரிக்கைகளைக் கிளப்பி திசை திருப்பி, சீர்குலைக்க எடுத்த முயற்சிகள் முறியடிக்கப்பட்டன. இதில் ‘ஜனசக்தி’யின் பங்கு மறக்க முடியாதது. ‘ஜனசக்தி’ ஆசிரியர் தோழர் ஜீவாவின் நேரடி ஈடுபாடும் நினைவுகூரத்தக்கது.

1954இல் ஏற்பட்ட தமிழக அரசியல் மாற்றம்

ஆந்திரம், கேரளம், தமிழ்நாடு, கர்நாடகம் போன்ற மாநில அமைப்புகள் ஏற்பட்டபின், தமிழ்நாடு தனிமாநிலம் ஆகியது. ராஜாஜி தலைமையில் காங்கிரஸ் அமைத்த மந்திரிசபை பற்றி காங்கிரஸ் கட்சிக்குள்ளேயே மோதல்கள் வேகப்பட்டன.

அரசு நிர்வாகத்தில் நேரடியாகத் தலையிட்டுக் காரியங்களைச் செய்ய விரும்பினார்கள் காங்கிரஸ்காரர்கள். இந்தப் பிரச்சினை காமராஜ், ராஜாஜி மோதலாக வெடித்து, 1954-இல் ராஜாஜி நீக்கப்பட்டு காமராஜர் முதல் அமைச்சர் ஆனார். இந்த ஆண்டில் தமிழக அரசியலில் ஒரு திருப்புமுனை ஏற்பட்டது. வெறும் நபர்கள் அல்ல காரணம்...

தமிழகத் தொழில் முதலாளிகள், நிலப்பிரபுக்கள் அரசு நிர்வாகத்தை முழுமையாகப் பயன்படுத்த விரும்பித்தான் இந்த மாறுதலுக்கு முயற்சித்தார்கள்.

1952-இல். பிற கட்சிகளிலிருந்தவர்களைக் கட்சி மாறச் செய்து காங்கிரசுக்கு இழுத்தார்கள்.

1954-இல் அரசு நிர்வாகத்தில் அன்றாடம் தலையிட்டு. ஆளுங்கட்சி சார்பான நிர்வாகமாக மாற்றுவதில் வெற்றி கண்டார்கள். இன்றுவரை இந்த இரண்டு விதச் சாபக்கேடுகளும் பார்லிமெண்டரி முறை அரசியலைப் பாழ்படுத்தி வருகிறது. தமிழகம் இன்றுவரை இதனால் அவதிக்குள்ளாகியுள்ளது.

இத்தகைய அரசியல் சீர்கேடுகளை அன்றிலிருந்து இன்று வரை 'ஜனசக்தி' எதிர்த்துப் போராடி வருகிறது.

1952-இல் இந்திய கம்யூனிஸ்ட் கட்சியின் வளர்ச்சியையும், வெற்றியையும் கண்டு அலறிய பிற்போக்காளர்கள் இன்று வரையில் கம்யூனிஸ்ட் எதிர்ப்பைக் கைவிட்டுவிடவில்லை. கம்யூனிஸ்ட் கட்சியைச் சீர்குலைக்கும் முயற்சிகளையும் கைவிடவில்லை; தொடர்கிறது.

1954-58

இக்கால கட்டத்தில் காங்கிரஸ் கட்சி தமிழகத்தில் தொழில் வளர்ச்சி கல்வி முன்னேற்றம், சாலை அபிவிருத்தி, நீர்ப்பாசனத் திட்டங்கள், மின்சாரத் திட்டங்களை நிறைவேற்றுவதில் முனைப்பும், அரசியல் ரீதியாக தனது சமூக அடித்தளத்தையும் பலப்படுத்திக் கொள்ள முயன்றது.

இருப்பினும் அபிவிருத்தியின் பலன் சமூகத்தின் மேல் மட்டம், இடைத்தட்டுப் பகுதியினருக்குக் கிடைத்த போதிலும், அடி மட்டத்தில் உள்ள மக்களின் ஏழ்மையைக் குறைக்கவில்லை. மாறாக, அதிகரித்தது. இத்தகைய முரண்பட்ட நிலையும், மொழி, கலாச்சார உணர்வுகள் மதிக்கப் படாததும் சேர்ந்து காங்கிரசைப் பலவீனப்படுத்தியது. இதே காலத்தில் திராவிட முன்னேற்றக் கழகம் ஏழைகளின் கட்சி என்ற நிலையெடுத்து வளர்ந்தது. திராவிட நாட்டுப் பிரிவினை கருத்தை வலியுறுத்தி - பிரிவினை கிடைத்தால் சுதந்திரமாக வளர்ந்து, முன்னேற முடியும் எனக் கூறியது, அடிப்படையான பொருளாதார நியதிகளை வைத்துப் பார்த்தால் காரிய சாத்தியமானது இல்லை என்பது புலனாகும்.

இருப்பினும் மொழி, இனம், கலாச்சாரம், வறுமை, சமூக ஒடுக்கு முறை ஆகிய ஐந்து அம்சங்களை ஆதாரப்படுத்தி திராவிட முன்னேற்றக் கழகம் வளர்ந்தது.

இந்த வளர்ச்சி காங்கிரசுக்கு மாற்று தி.மு.க எனும் நிலையை உருவாக்கி வந்தது. கம்யூனிச தத்துவம் தமிழகத்திற்கு ஏற்ற முறையில் அமைக்கப்படவில்லை என்று மக்களிடம் பிரச்சாரம் செய்யப்பட்டது.

கம்யூனிஸத்தை தமிழகப்படுத்தப் போவதாகக் கூறப்பட்டது. இன்றும் சிலரால் கூறப்படுகிறது. இது ஒரு மாயா வாதம்.

கடினமான சமூகப் பொருளாதார அரசியல் உண்மைகளை மக்களிடம் எடுத்துக் கூறுவதில் 'ஜனசக்தி' பெரும் முயற்சி எடுத்துக் கொண்டது. இருப்பினும் உணர்ச்சிவசப்பட்ட ஏழைகளும் இளைஞர்களும் தி.மு.க வின் பால் ஈர்க்கப்பட்டனர்.

1959-62

இக்கால கட்டத்தில்தான் சுதந்திராக் கட்சி உருவாக்கப்பட்டது. ராஜாஜி இதில் முனைப்பு காட்டினார். இந்தியாவின் பொதுத்துறை வளர்ச்சிக்கும் தனியார் வளர்ச்சிக்கும் குறிப்பாக வளர்ந்து வரும் ஏகபோக முதலாளிகளுக்கும் முரண்பாடு ஏற்பட்டது. திட்டமிட்ட பொருளாதாரத்தில் ஏற்பட்ட ஊனங்களை, குறைபாடுகளை பயன்படுத்தி பிற்போக்காளர்கள் அனைத்திந்திய அளவில் ஒன்று திரண்டனர். இதுவே சுதந்திராக் கட்சியாகப் பரிணமித்தது.

காங்கிரஸ் கட்சிக்கு வலதுசாரி மாற்றுத் தேவை எனக் கூறப்பட்டது. காங்கிரசின் சோசலிசம் 1954-இல் ஆவடியில் வரையறுக்கப்பட்டது. இது பிற்போக்காளர்களை அச்சுறுத்தியது. மக்களிடம் பிரமையை வளர்த்தது - இத்தகைய முரண்பட்ட நிலைகளில் தமிழகத்தில் ஜனரஞ்சிதமான நிலை எடுத்த தி.மு.க. வளர வாய்ப்புகளை உருவாக்கி, உதவியது.

'ஜனசக்தி'யின் விவேகம் நிறைந்த அரசியல் விளக்கங்கள் அரசியல் ஊழியர்களுக்கும் விவரமறிந்தவர்களுக்கும் பயன்பட்டது. வாய்மொழி பிரச்சாரம் பெரிய அளவில் தி.மு.க.வினால் மேற்கொள்ளப்பட்டது. இது நேரடித் தொடர்பை ஏழை எளிய மக்களிடம் ஏற்படுத்த உதவியது. எனவே வாய்மொழிப் பிரச்சாரத்தின் வலு அதிகரித்து ஏழை எளிய மக்கள் காங்கிரஸ் எதிர்ப்பிலும் தி.மு.க விடமும் ஈர்க்கப்பட்டனர். முதலாளித்துவ எதிர்ப்பு உணர்வுதான் இதன் உட்கருவாக இருந்தது. ஆனால் அதற்குரிய அரசியல், செயல் திட்டம் இல்லை.

1962

சீனாவின் தாக்குதல் இந்தியாவின் வட கிழக்குப் பகுதியில் ஏற்பட்டதால், இந்தியாவில் தேசிய உணர்வு மேலோங்கி நின்றது.

சோஷலிஸ்ட் நாடான சீனா எல்லைப் பிரச்சனையைப் பேசித் தீர்க்க முன் வராமல் ராணுவ முயற்சிகளில் இறங்கியது சர்வதேச ரீதியிலும் சிக்கலைத் தோற்றுவித்தது.

இந்திய சோவியத் நட்புறவு வளர்ந்து வந்த காலம், இந்திய-சீனா நட்புறவும் வளர்ந்து வரும் நேரத்தில் இப்படிப்பட்ட நிலை இந்திய அரசியலில் மீண்டும் குறுகிய தேசிய இனவாதத்திற்கும் பிறபோக்காளர்கள் அரசியலில் செல்வாக்குப் பெறவும் உதவின. சோசலிசத்தின் மீது ஏற்பட்டு வந்த பற்றுதல் திசைமாறி குறுகிய தேசிய உணர்வுக்கு வழி வகுத்தது.

இக்காலகட்டத்தில் சோவியத் யூனியன் எடுத்த சர்வதேசிய நிலையும், இந்தியக் கம்யூனிஸ்ட் கட்சி எடுத்த சரியான அரசியல் நிலையும், நிலைமை மேலும் சீர்கேடு அடையாமல் காப்பாற்றியது.

இப்படிப்பட்ட நெருக்கடி மிகுந்த காலத்தில், ‘ஜனசக்தி’ திறம்படத் தனது பங்கைச் செலுத்தி வந்தது. கம்யூனிஸ்ட் இயக்கம், ஜனநாயக இயக்கம் இரண்டும் முரண்பட்டு மோதி சீர்குலையாமல் காப்பாற்ற ‘ஜனசக்தி’ பாடுபட்டது.

பாட்டாளி வர்க்க சர்வதேசியத்தையும், நாட்டுப்பற்றையும் இணைந்த கண்ணோட்டமாக, வளரும் சக்தியாக எடுத்துக்காட்டி ‘ஜனசக்தி’ அரும்பாடுபட்டது. இது மறுக்க முடியாதது. மறைக்க முடியாதது.

1962-64

இக்கால கட்டம் அரசியல், தத்துவார்த்த சோதனை மிகுந்த காலம். இச்சந்தர்ப்பங்களில் ‘ஜனசக்தி’ வர்க்க அரசியல் நிலையில் நின்று உறுதியாகச் செயல்பட்டது. குறுகிய தேசிய வாதத்திற்கு இரையாக வில்லை. கம்யூனிஸ்ட் கட்சி மீது வீசப்பட்ட அவதூறு, பழிச்சொல் ஆகியவற்றை எதிர்த்துப் போராடி கொள்கையை நிலைநாட்டியது.

1964-69

இக்கால கட்டத்தில் நாட்டின் பல்வேறு நிகழ்ச்சிகள் நடந்தேறின நாட்டின் பொருளாதார முன்னேற்றத்தில் பல தடங்கல்கள், தேக்கங்கள் ஏற்பட்டன. காங்கிரஸ் கட்சிக்குள் கொள்கை முரண்பாடுகள் முற்றி வளர்ந்தன.

கம்யூனிஸ்ட் இயக்கத்தில் பிளவும் ஏற்பட்டது சர்வதேசியப் பிரச்சினைகளிலும், தேசியப் பிரச்சினைகளிலும் தத்துவார்த்த அரசியல் முரண்பாடுகள் தோன்றின. உலக கம்யூனிஸ்ட் இயக்கத்திலும் முரண்பாடுகள் தோன்றின.

விடுதலை பெற்ற நாடுகள் தங்கள் முன்னேற்றத்திற்குக் கடும் முயற்சிகளை மேற்கொண்டன. இதே காலத்தில் ஏகாதிபத்தியம் நெருக்கடிக்கு உள்ளாகி, தனது பொருளாதாரச் சுரண்டலை நீடிக்கப் பல்வேறு உபாயங்களைக் கையாண்டது. சுதந்திர நாடுகளில் ஏற்பட்ட அரசியல், பொருளாதார நெருக்கடிகளைப் பயன்படுத்தி, கவிழ்ப்பு அரசியல், ராணுவத் தலையீடு, உறுதிமிக்க தலைவர்களைக் கொல்லுதல் போன்ற காரியங்களைச் செய்தன.

வியத்நாமில் அமெரிக்க ஏகாதிபத்தியம் நேரடியாகவே ராணுவத் தலையீட்டை மேற்கொண்டது.

விடுதலை இயக்கங்கள், உலகத் தொழிலாளர் இயக்கம், சர்வதேச சோசலிச முகாம் ஆகிய முப்பெரும் சக்திகள் நமது காலத்தில் நிகழ்ச்சிப் போக்கினைத் தீர்மானிக்கின்றன எனும் உண்மையை 'ஜனசக்தி' மக்களிடம் தொடர்ந்து பிரச்சாரம் செய்தது. ஏகாதிபத்திய எதிர்ப்பு ஆயுதமாகச் செயல்பட்டது.

ஏகாதிபத்தியத்தின் சாகஸங்களை அம்பலப்படுத்தியும் சோஷலிச முகாமின் சாதனைகள், விடுதலை இயக்கங்களின் வெற்றிகள், உலகத் தொழிலாளர் இயக்கத்தின் ஒற்றுமை, முன்னேற்றம் ஆகியவற்றைத் தமிழ் மக்களிடம் பிரச்சாரம் செய்தது.

இந்தியாவில் சுதந்திராக் கட்சி 1959-இல் ஏற்பட்டாலும் வளர முடியவில்லை 1969-இல் காங்கிரஸ் பிளவுக்கு உதவியது. 1969-இல் ஸ்தாபன காங்கிரஸ் என்றும், இந்திரா காங்கிரஸ் என்றும் உருவாகியது சுதந்திராக்கட்சி மறைந்தது.

இந்திய அரசியலில் ஏகபோக முதலாளிகளின் அரசியல் தலையீடும் அதிகரித்தது. நாட்டு மக்களின் பிரச்சினைகள் தீர்க்கப்படவில்லை. வறுமை, விலைவாசி ஏற்றம், லஞ்ச ஊழல், கறுப்புப்பணம், அடக்கு முறை ஆகிய பஞ்சமா பாதகங்கள் அதிகரித்தன. இதை எதிர்த்து மக்கள் கிளர்ந்து எழுந்தனர். இத்தகைய மக்களின் கிளர்ச்சியையும், நாட்டின் மையப் பிரச்சனைகளையும் மக்களின் கவனத்திற்குக் கொண்டு வந்து மக்கள் இயக்கத்தை உருவாக்க 'ஜனசக்தி' பாடுபட்டது.

1969-71

பிற்போக்குச் சக்திகளின் பொருளாதார அடித்தளங்களைத் தகர்க்க வங்கிகளைத்தேசிய உடமையாக்குதல், மன்னர் மானியத்தை ஒழித்தல் போன்ற நடவடிக்கைகளை எடுக்க 'ஜனசக்தி' மக்களிடம் விரிவாகப் பிரச்சாரம் செய்தது.

அரசியல் ரீதியில் காங்கிரசில் ஏற்பட்ட பிளவுக்குப் பின் உருவான சிண்டிகேட் காங்கிரசை முறியடிக்க 'ஜனசக்தி' அயராது பாடுபட்டது. 'ஜனசக்தி'யின் பணி இக்காலத்தில் மறக்க முடியாதது. பாகிஸ்தானில் ஏற்பட்ட அரசியல், பொருளாதார நெருக்கடி முற்றி பங்களாதேஷ் மக்கள் நடத்திய போராட்டத்தில் அவர்கள் வெற்றியில் முடிந்தது. பாகிஸ்தான் ராணுவ ஆட்சிக்கு ஆளானது.

1971-77

மத்தியில் ஏற்பட்ட காங்கிரஸ் ஆட்சி தொடர்ந்து அதிகாரத்திலிருந்த போதிலும் மக்கள் பிரச்சினைகளைத் தீர்க்க முன் வரவில்லை.

விவசாயிகளின் கடன்சுமை அதிகரித்து, அவர்களின் விளைபொருளுக்கு வீழ்ச்சி ஏற்பட்டதை எதிர்த்துப் பெரும் கிளர்ச்சிகள் உருவானது, 'ஜனசக்தி' விவசாயிகள் பக்கம் நின்று போராடியது.

தமிழகத்தில் மாநில அரசு நிர்வாகத்தில் லஞ்சமும், ஊழலும் அதிகரித்ததை எதிர்த்துப் போராடியது 'ஜனசக்தி'.

தொழிலாளர்களின் உரிமைகளைப் பாதுகாக்க இக்கால கட்டத்தில் தொடர்ந்து போராடியது.

1977-இல் இந்திய மக்களின் ஜனநாயக எழுச்சியின் காரணமாக மத்தியில் காங்கிரஸ் ஆட்சி வீழ்ந்தது.

மாற்றாக வந்த ஜனதா ஆட்சி கொள்கை முரண்பாட்டினால் பிரச்சினைகளைத் தீர்க்கத் தவறியதால் வீழ்ச்சியுற்றது.

இக்காலங்களில் 'ஜனசக்தி' தெளிந்த பார்வையுடன் தமிழக மக்களின் அரசியல் உணர்வினை உயர்த்தியது.

தமிழகத்தில் 1977-இல் அண்ணா தி.மு.க. ஆட்சிக்கு வந்தது ஆட்சிக்கு வந்தபின் மக்களின் முக்கியப் பிரச்சினைகளைத் தீர்க்கத் தவறியது.

இயற்கை வளங்களைக் காக்கத் தவறிவிட்டது.

தனது செல்வாக்கைக் காப்பாற்றிக் கொள்ள ஜனரஞ்சிதத் திட்டங்களைக் கொண்டு, ஏழை எளிய மக்களைக் கவர்ந்துள்ளது. மதிய சத்துணவு திட்டம், ஏழைக் குழந்தைகளுக்குச் சீருடை, தாய்மார்களுக்குக் காலணி போன்ற திட்டங்கள் ஏழைகளைக் கவர்ந்துள்ளன.

ஆனால் தமிழகத்தின் தொழில் வளர்ச்சி தேங்கியும். விவசாயிகளின் விளைபொருளுக்கு விலை வீழ்ச்சியும் ஏற்பட்டுள்ளது. லஞ்ச ஊழல் உச்சத்தில் உள்ளது. சர்வ வியாபகமாக உள்ளது.

தமிழகத்தின் வனவளம், நீர்வளம், நிலவளம் பாழ்பட்டு வருகிறது. தமிழகத்தின் எதிர்காலம் சோதனைமிக்கதாக மாறிக் கொண்டு வருகிறது.

1980-1984-1987

1980-இல் மீண்டும் காங்கிரஸ் ஆட்சி இந்திரா தலைமையில் ஏற்பட்டது. ஜனதா ஆட்சியில் ஏற்பட்ட பலவீனங்களைப் போக்குவதில் சிறிது முன்னேற்றம் ஏற்பட்டது. ஆனால் மக்களின் வாழ்க்கையில் குறிப்பிடத்தக்க மாற்றம் ஏற்படவில்லை.

அஸ்ஸாம் கிளர்ச்சி, பஞ்சாப் கிளர்ச்சி போன்ற பிரச்சினைகள் அதிகரித்தன. இந்திய முதலாளித்துவப் பாதை நெருக்கடிக்குள்ளாகியது.

ஏகாதிபத்திய சக்திகள் இந்தியாவை நிலைகுலையச் செய்ய பல முயற்சிகளைச் செய்தது. இந்தியாவின் தெற்கெல்லையில் இலங்கையில் 1983லிருந்து தமிழர் பிரச்சினையை வைத்து கலவரங்கள், அடக்கு முறைகள் உருவாக்கப்பட்டன.

1984-இல் பஞ்சாப் பிரச்சினையின் விளைவாக இந்திராகாந்தியின் உயிருக்கே உலை வைத்தனர். இதில் ஏகாதிபத்திய சதி முக்கியத் தூண்டு கோலாக இருந்தது.

இச்சந்தர்ப்பத்தில் மக்களின் தேசிய உணர்ச்சியை, அச்சத்தைப் பயன்படுத்தி காங்கிரஸ் கட்சி தேர்தல் நடத்தி வெற்றி பெற்றது.

தேர்தல் வெற்றி மட்டும் அரசியல், பொருளாதாரப் பிரச்சினை களைத் தீர்த்து விடாது. பஞ்சாபில் வன்முறையும் தொடர்கிறது.

இன்று நாட்டை உலுக்கும் பிரச்சினை லஞ்ச ஊழல் ஒருபுறம், மறுபுறம் ஏகாதிபத்திய சக்திகளின் முயற்சிகள் மூலம் நாட்டின் ஸ்திரத்தன்மையைக் குலைத்தல் என்பதாகும்.

இலங்கையில் ஜெயவர்த்தனே அரசு, அமெரிக்க ஏகாதிபத்திய சார்பு நிலையால் ஏற்பட்ட துக்ககரமான அனுபவத்திலிருந்து விடுபட்டு இந்தியாவுடன் நட்புறவை ஏற்படுத்தவும், தமிழர்கள் பிரச்சினையைத் தீர்க்கவும் முன் வந்துள்ளது.

இயற்கை ஏற்படுத்திய சோதனை, வறட்சி, பருவமழை பொய்த்தது.

1984-இல் அமோக வெற்றி பெற்ற காங்கிரஸ், ஒவ்வொரு மாநிலமாகத் தோற்கடிக்கப்பட்டு வருகிறது.

இந்த நிலையை மாற்ற தமிழகத்தைக் களமாக அமைத்து காங்கிரஸும் அண்ணாதிமுகவும் வெற்றி வாய்ப்பை உறுதிப்படுத்த முயலுகின்றன. இந்த சாகஸம் அண்ணா தி.மு.க.வை பலவீனப் படுத்துவதும், இடதுசாரி இயக்கங்களைப் பலவீனப்படுத்துவதும் சீர்குலைப்பதும் ஆகும்.

இந்தியாவின் முக்கிய பிரச்சினைகள் தீர வேண்டுமானால் ஒரு இடதுசாரித் திசைவழியில் அமைந்த ஜனநாயக மாற்று சக்தி தேவை. இதை உருவாக்க 'ஜனசக்தி' தொடர்ந்து பாடுபட்டு வருகிறது.

'ஜனசக்தி' 50 ஆண்டு வரலாற்றில் தனது லட்சியப்பாதையில் வழுவாமல் செல்கிறது.

'ஜனசக்தி' அவ்வப்போது ஏற்படும் காலத்தின் பிரச்சினைக்கு வழிகாட்டி மக்களைத் தயாரிக்கிறது.

உழைக்கும் வர்க்கத்தின் உலகக் கண்ணோட்டத்தோடு நாட்டு நடப்புகளையும் உலக நடப்புகளையும் படம் பிடித்துக் காட்டுகிறது. வழியும் காட்டுகிறது.

'ஜனசக்தி'யின் முன்னேற்றத்தின் வெவ்வேறு காலக் கட்டங்களின் முறையே ப.ஜீவானந்தம், பி.ராமமூர்த்தி, எம்.ஆர்.வெங்கட்ராமன், மணலி கந்தசாமி, எம்.கல்யாணசுந்தரம், தா.பாண்டியன், அ.சீனிவாசன், ப.மாணிக்கம் ஆகியோர் ஆசிரியர்களாகப் பணியாற்றி வந்துள்ளனர்.

வெவ்வேறு காலக் கட்டங்களில் ஆசிரியர் குழுவில் சி.எஸ்.சுப்பிரமணியம், கே.ராமநாதன், கே.பாலதண்டாயுதம், ஆர்.கே.கண்ணன், எஸ்.ராமகிருஷ்ணன், ஆர்.எச்.நாதன், கே.முத்தய்யா, இஸ்மத்பாட்சா, மாயாண்டிபாரதி, வி.ராதாகிருஷ்ணன், சிங்கை பெ.சீனிவாசன், ஜே.எம்.கல்யாணம், ஜி.ஆளவந்தார், ஏ.எம்.கோபு, சிதம்பர ரகுநாதன், ஆர்.கே.பாண்டுரங்கன், என்.வி.கிரி, கோவை வெங்கடேசன், மீ.நாராயணன், மதுரை தியாகராஜன், சோலை, எம்.கே.ராமசாமி, டி.செல்வராஜ், ஞானவடிவேலு, அறந்தை நாராயணன், ரகுமணி, கே.சி.எஸ்.அருணாசலம், மு.பழநியப்பன், வி.ராஜ்மோகன், ரவீந்திரதாஸ், சோமு ஆகியோர் பணியாற்றி வந்துள்ளனர்.

'ஜனசக்தி' மற்றும் மாநிலக் கட்சிக்கு உதவும் வகையில் அமைக்கப்பட்டிருந்த தகவல் தொகுப்புக் குழுவில் (Information Bureau) எஸ்.வரதராஜன், ஆர்.நல்லகண்ணு, வனஜா, யமுனா, அம்பாள்,

எஸ்.ஆர்.சுந்தரராஜன், அம்பலவாணன், இ.நாராயணன், என்ஆர்.பண்டரி நாதன், என்.ராமகிருஷ்ணன் ஆகியோர் பணியாற்றினர்.

ஜெயகாந்தன் பிழை திருத்துபவராக (Proof Reader) 'ஜனசக்தி'யில் பணியாற்றினார். இதே பத்திரிக்கையில்தான் அவர் சிறுகதைகள் எழுதத் தொடங்கி இலக்கியத் துறையில் நுழைந்தார்.

எண்ணிறந்த கட்சித் தலைவர்களும் ஊழியர்களும் நிருபர்களும் வாசகர்களும் வெகுஜன ஸ்தாபனங்களின் தலைவர்களும் 'ஜனசக்தி'க்கு எழுதி முக்கியப் பங்கு செலுத்தியுள்ளனர்.

பிற நாட்டுச் சகோதரக் கட்சித் தலைவர்களின் கட்டுரைகளையும் 'ஜனசக்தி' தாங்கி வெளிவந்துள்ளது.

தேசபக்தர்களும் சோஷலிஸ்ட் தலைவர்களும் இடதுசாரி மற்றும் முற்போக்குக் கருத்துக் கொண்ட பல எழுத்தாளர்களும் ஊழியர்களும் எழுதி 'ஜனசக்தி'யின் முன்னேற்றத்திற்குப் பங்காற்றியுள்ளனர்.

இந்த மாபெரும் முற்போக்கு அணியைச் சேர்ந்த படையின் பலமும் கஷ்ட நஷ்டங்களின்போது நமது மக்கள் வாரி வழங்கிய நிதியின் பலமும் எத்தனையோ சோதனைகளுக்கு இடையே 'ஜனசக்தி'யை மக்களிடையே எடுத்துச் சென்று பரவச் செய்த ஏஜெண்டுகளின் தொண்டு அளித்த பலமும் இங்குக் குறிப்பிட்டாக வேண்டும்.

இந்தத் தொண்டு நீடிக்கட்டும், மக்களின் பன்முக ஆதரவும் ஒத்துழைப்பும் பெருகட்டும்!

'ஜனசக்தி' வாழ்க, வெல்க!

'ஜனசக்தி'
பொன்விழா மலர் 1987

உலகத் தமிழ் மாநாடு 1995

- ப.மாணிக்கம்

தஞ்சையில் ஜனவரி 1-ஆம் தேதி முதல் நடக்கப்போவது 8-ஆவது மாநாடு ஆகும். உலகிலுள்ள தமிழ் ஆராய்ச்சிகளை ஒருங்கிணைக்கவும், வளர்ச்சிக்குத் திட்டமிடவும் இம்மாநாடு நடத்தப்படுகிறது. தமிழகத்தில் இது மூன்றாவது முறையாக நடக்கிறது. முதலில் சென்னையிலும் இரண்டாவதாக மதுரையிலும், மூன்றாவதாக தஞ்சையிலும் நடக்கிறது. இந்த மூன்று மாநாடுகளிலும் ஏராளமாக பொருட்செலவு செய்யப் படுகிறது. மாநாடு புற நிகழ்ச்சிகளுக்காகவும், அகநிகழ்ச்சிகளான கருத்தரங்குகள், ஆய்வுகள் ஆகியவற்றிற்காகவும் ஏற்படும் செலவு வெளிச் செலவில் 30-இல் ஒரு பங்குதான். இதுவே இந்த மாநாட்டின் தன்மை பற்றி நமக்கு ஒரு உண்மையை எடுத்துக் காட்டுகிறது. ஆடம்பர ஆரவாரத்திற்குத்தான் அதிகச் செலவு. ஆராய்ச்சிக்கும் வளர்ச்சிக்கும் செலவு மிகமிகக் குறைவு.

மதிப்பீடுகள்

8 மாநாடுகளின் விளைவாகத் தமிழ் ஆராய்ச்சியிலும், வளர்ச்சியிலும் என்ன முன்னேற்றம் என்பதை மதிப்பிடும் முயற்சி இல்லை. மதிப்பீட்டின் விளைவாகப் புதிய துறைகளில் ஆராய்ச்சி, புதிய வளர்ச்சிக்குத் திட்டமிடுதல் போன்றவை நடைபெற முடியும். 'வளரும் தமிழ்' என்ற நிலையை ஏற்படுத்த முடியும். கன்னித் தமிழ் வளர்ப்போம் என்று பாரதி பாடினான். இந்த முயற்சியில் நாம் அதிக கவனம் செலுத்துவது அவசியம். தமிழ் அறிஞர்கள் பலர் இத்துறையில் தங்களுக்குப் போதிய உதவி இல்லை என்று வருந்துகின்றனர்.

பழம் பெருமை தமிழுக்கு நிறைய உண்டு. தமிழின் தொன்மையை மறுக்கும் வாதங்கள் இன்றும் தொடர்கின்றன. இத்துறையில் தமிழின் தொன்மை, தமிழ் நாகரிகத்தின் தொன்மையைக் காப்பதற்கு தொடர்ந்த முயற்சியில் தளர்வு இருக்கக் கூடாது. தமிழைக் காத்து வளர்த்தவர்கள் தமிழக விவசாயிகளும் உழைப்பாளர்களும் தான். பிறமொழிகள் தமிழின்மீது ஆதிக்கம் செலுத்தவும், தமிழை அகற்றவும் முயற்சித்த போதெல்லாம், தமிழைப் பயன்படுத்தி வாழ்ந்தவர்கள் தமிழக விவசாயிகளும், உழைப்பாளர்களும் தான் என்பது ஒரு வரலாற்றுப்

பூர்வமான உண்மை ஆகும். அறிஞர்களும் பிற மொழி ஆதிக்கத்தையும், தமிழை அகற்றும் முயற்சியையும் எதிர்த்துப் போராடி வந்துள்ளனர். பல்வேறு கட்டங்களில் பல தமிழ்ப் பேரறிஞர்கள் தமிழைப் புதிய துறைகளில் வளர்த்துள்ளனர். அவர்களையெல்லாம் இந்த நேரத்தில் நினைவு கூர்வது அவசியம். அவர்களின் முயற்சி இல்லாமல் தமிழ் இவ்வளவு வளம் பெற்ற தொன்மையான மொழியாக நீடித்திருக்க முடியாது.

ஆராய்ச்சிக்கு

தமிழில் மருத்துவம்-சித்தமருத்துவம், நீர்ப்பாசன முறை, உலோகக் கலை, சிற்பக்கலை, கட்டிடக்கலை வளர்ச்சியடைந்த நிலையில் இருந்தன. அதற்கான ஏடுகள் எங்கே போயிற்று? அவை தமிழ் விரோதி களால் அழிக்கப்பட்டதாக ஒரு கூற்று உள்ளது. தேடி எடுக்கும் முயற்சியும் குறைவு. தமிழகத்தில் இடைக் காலத்தில் ஏற்பட்ட ஆட்சிகள் தமிழைப் புறக்கணித்ததாலும் ஏற்பட்ட நஷ்டம் என்ற ஒரு நிலையும் உள்ளது. இப்போதும் முயற்சித்தால் ஓரளவாவது கிடைக்கலாம்.

மருத்துவம்

ஒரு பழைய மருத்துவ முறை உலோகத்தை பஸ்பம் (மாவாக) ஆக்கும் முறை மருத்துவத்தில் இருந்துள்ளது. இதற்கான சில ஏடுகள் இருந்ததால் இன்னும் இது நீடிக்கிறது. இருப்பினும் பல நோய்களுக்கு நல்ல மருத்துவ முறை இருந்துள்ளது. இவற்றில் சில வெளிநாடு களுக்கு எடுத்துச் செல்லப்பட்டதாகவும் தெரிகிறது. மேலும் இந்த மருத்துவத் துறைக்கு சமீப காலத்தில் தரப்பட்ட ஊக்கத்தால் அது உயிரோடு இருக்கிறது. இதற்குரிய முழுக் கவனம் செலுத்தினால், ஆராய்ச்சியாளர்களைத் தேர்ந்தெடுத்து நிதி உதவி செய்து வகைப் படுத்த அமைப்புகளை உருவாக்கினால் பலன் கிடைக்கும். தமிழில் மருத்துவக்கலை வளர்ச்சியடையும்.

நீர்ப்பாசனம்

தமிழகத்தில் தொன்மையான நீர்ப்பாசன முறை இருந்து வந்துள்ளது. ஆற்றுப்பாசனம் மட்டுமல்ல, மலைப்பகுதிகளில் அடுக்குமாடி முறையில் பாசனம், ஏரி, குளங்கள் மூலம் பாசனம் விவசாயத்திற்கு உதவியுள்ளது. இவை தென் கிழக்கு ஆசியாவில் சில நாடுகளில் பரவி இருந்தது. இன்றும் இதற்கு ஆதாரம் உள்ளது.

பாசனமுறைகள் பற்றிய ஏடுகள், ஆதாரங்களைச் சேகரிக்கத் தவறி விட்டோம். பிரிட்டிஷ் ஆட்சிக்காலத்தில் ஏற்பட்ட முறைகளில் மட்டும்

நம்பிக்கை வைத்து, நமது பழைய ஆதாரங்களை மறந்துவிட்டோம். இதனால் தமிழகத்தின் நீர்நிலைகள் புறக்கணிக்கப்பட்டு இன்று பற்றாக்குறைக்கு ஆளாகிவிட்டோம். இப்போதும் காலங்கடந்து விடவில்லை. நீர்நிலைகளைக் காப்பாற்ற, வனங்களைக் காத்து, நீர்க்கசிவுகள் தொடர்ந்து சிற்றாறுகள், பெரிய ஆறுகளில் வந்து சேர வழிவகைகளைக் காணலாம். இது மொழி வளர்ச்சியின் வேலை அல்ல என்று கூறித் தட்டிக் கழிக்க முடியாது. நீர்ப்பாசன முறை பற்றிய விஞ்ஞானம் வளர்ந்து வருகிறது. தமிழில் இது வளர்ந்தால் நமது தமிழகத்திற்கு மட்டுமல்ல, பிறநாட்டிற்கும், இப்பொறியியல் முறை உதவ முடியும்.

உலோகக் கலை

தமிழகத்தில் பழங்காலத்தில் சுரங்கங்கள் இருந்ததாக கூறப்படுகிறது. தங்கம், இரும்பு, செம்பு எடுக்கப்பட்டதாக வரலாற்று நூல்கள் கூறுகின்றன. இன்றும் உலோகத் தொழிலில் தமிழகத் தொழிலாளர்கள் சிறப்பானவர்கள் என்று கருதப்படுகிறது.

சிலைவடிப்பதில் பஞ்ச உலோகங்களின் கலவை ஒரு அற்புதமான கலை இருந்து வந்துள்ளது. இன்றும் வெளிநாடுகள் இதில் அக்கறை காட்டுகின்றன. உலோகக் கலவை, உலோகத்தை உருமாற்றுதல் போன்றவை தமிழில் இருந்துள்ளன. இதற்கான ஆதாரங்களைத் தேடி எடுத்தால் உலோகக் கலை வளரும். நவீன பொறியியல் கலையாகத் தமிழில் வளர்க்க முடியும்.

கட்டிடக்கலை, சிற்பக்கலை

இந்தியாவில் உள்ள கோவில்களில் தமிழகத்தில் உள்ள கோவில்கள் சிறந்த வேலைப்பாடுகளுடன் கட்டப்பட்டுள்ளன. கோபுரங்களின் அகலம், உயரம், அடித்தளம் போன்றவை பற்றிய நூல்களை இழந்து உள்ளோம். இவ்வளவு பெரிய கோவில்களை, அற்புதமான சிற்பங்களை வடித்துள்ளோம். எஞ்சிய ஏடுகள், ஆதாரங்களை வைத்து இன்னும் 'ஸ்தபதிகள்' தங்கள் தொழிலைச் செய்து வருகின்றனர். உயரமான கோபுரங்களைக்கட்டிய வரலாறு உள்ளது. அதற்கான கலை விவரங்கள், ஆதாரங்கள் நமக்கு கிடைக்கவில்லை. தமிழர்கள். இப்படிப் பட்ட கட்டிடங்களை, சிற்பங்களை எப்படிச் செய்தார்கள். அதன் விவரங்கள், கலை நுணுக்கங்கள் அழிக்கப்பட்டனவா? தொலைந்து விட்டதா? இத்துறையில் கவனம் செலுத்தினால் தமிழில் அற்புதமான கட்டிடக்கலை, சிற்பக்கலை பற்றிய துறை வளர முடியும். பழைமையான துறையைப் புதுப்பித்து வளரச் செய்ய முடியும்.

இசைக்கலை

பல ஆண்டுகளுக்கு முன் 'யாழ்' எனும் இசைக்கருவி பற்றி ஆதாரத்துடன் எடுத்துக் கூறினார் விபுலானந்தர்.

அண்ணாமலைப் பல்கலைக் கழகத்தில் சிலகாலம் பணி புரிந்தார். இவர் யாழ்ப்பாணத் தமிழர். அவர் தனி முயற்சியாகச் செய்தார்.

சிலப்பதிகாரம் பல கூத்துக்களைக் கூறுகிறது. இசை பற்றியும் பாணர்கள் பற்றியும் சங்க இலக்கியங்கள் கூறுகின்றன. தமிழிசை இயக்கம் உருவாகித் தமிழிசை பரவியது. தஞ்சைப் பல்கலைக்கழகமும் இசைக்கலை பற்றி ஆய்வு செய்து வருகிறது. இசைக்கலை வளர்ச்சிக்கு ஊக்கம் தந்து. முயற்சித்தால் தமிழிசை வளரும். தமிழ் மக்கள் புரிந்து கொள்ள முடியாத தெலுங்கு இசை சிலகாலம் தமிழகத்தில் கோலோச்சி வந்தது. இப்போது தமிழிசையை மக்கள் கேட்க முடிகிறது. ஆனால் அடிப்படையாக வளர்ந்த கலை நுணுக்கத்தோடு கூடிய இசை வளர்க்க முயற்சி தேவை. இசைப்பண் இசைக் கருவிகள் போன்றவை வளர்க்கப் பட்டால் தமிழிசை வளரும். இதற்குப் போதிய கவனம் இல்லை. இம்மாநாடு, இதற்கு உதவுமா?

வரலாறு

தமிழகத்தின் வரலாறு பற்றி பல்வேறு கருத்துக்கள் நிலவுகின்றன. புதிய அகழ்வாராய்ச்சிகள் தமிழர்களின் தொன்மையான வரலாற்றை எடுத்துக்காட்டுகின்றன. கல்வெட்டுகளும் பல ஆதாரங்களைக் காட்டுகின்றன. எனவே தமிழக வரலாற்றை புதிய ஆதாரங்களுடன் எழுதுவது பார்வையோடு, உற்பத்தி அவசியம். சமூக இயல் உறவுகள் எப்படி இருந்தன. ஆட்சி முறைகளின் அமைப்பு ஆகியன பற்றியும் இணைந்த வரலாற்று நூல் எழுதப்பட வேண்டும். இதற்கு இந்த மாநாடு புதிய முயற்சிகளை மேற்கொள்ளும் என நினைக்கிறோம்.

புதுக்கலைகள் மொழி ஆக்கம்

தமிழ்ப் பல்கலைக் கழகத்தின் முயற்சிகளை ஊக்குவிக்கவும், புதிய துறைகளில் தமிழை வளர்க்கவும் இம்மாநாடு வழிவகுத்தால் அதுவே வெற்றியாக அமையும். புதிய விஞ்ஞானக் கலைகள் வளர்ந்து வருகின்றன. அவற்றைத் தமிழில் கொண்டுவர முயற்சிகள் தேவை. இவற்றுக்குத் திட்டமிடவும், வருங்காலத்தில் ஊக்குவிக்கவும் மாநில அரசும், மத்திய அரசும் நிதி உதவி செய்ய வேண்டும். உருவாக்கிய அறிவுச் செல்வங்களை வெளியிட்டுப் பரப்பவும் வேண்டும்.

கடந்த காலத்தில் தமிழின் பல துறைகளில் ஆராய்ச்சி செய்தவர்கள் அடக்கமாகவும், துணிவோடும் எந்த அமைப்பின் ஆதரவின்றியும் செய்து முடித்துள்ளனர். இப்போது மூன்று அமைப்புகள் (தமிழ்ப் பல்கலைக் கழகம், உலகத் தமிழ் ஆராய்ச்சி மையம், மாநில அரசின் தமிழ் வளர்ச்சித் துறை) உள்ளன. ஆனால் இதற்கான நிதி ஒதுக்கீடும், இணைப்பு முயற்சிகளும் இல்லை. தமிழ்ப் பல்கலைக் கழகத்தை மையப்படுத்தி தமிழின் ஆராய்ச்சி, வளர்ச்சி, மொழி ஆக்கம் போன்றவை செய்யப்பட வேண்டும்.

'தாமரை'
உலகத்தமிழ் மாநாட்டு மலர் 1995

பிரஞ்சிந்திய விடுதலை இயக்கம்

- ப.மாணிக்கம்

இந்திய நாட்டின் விடுதலைப் போரில் தொழிலாளி வர்க்கத்தின் பங்கை வரலாற்றுப் பூர்வமாக அங்கீகரிக்கும் நூல்கள் மிகமிகக் குறைவு, தொழிலாளர்கள் ஏதோ வேலை நிறுத்தம் செய்தார்கள், அரசியல், தலைவர்களைப் பின்பற்றினார்கள் என்று குறிப்பிடும் போக்கு உள்ளது. 20-ஆம் நூற்றாண்டில் இந்திய வரலாற்றைப் புரிந்து கொள்ள இத்தகைய போக்கு உதவாது. இதுபோன்றே பிரஞ்சிந்தியப் பகுதிகளில் (புதுவை, காரைக்கால், மாஹி, ஏனாம், சந்திர நாகூர் பகுதிகளில்) விடுதலைப்போர் எவ்வாறு நடந்தது, இதில் எந்த வர்க்கங்கள் பங்கு எடுத்தன; அவர்கள் எப்படி நடந்து கொண்டார்கள், இன்று வர்க்கங்களின் போக்கு எவ்வாறுள்ளது என்பது ஒரு தனி நூலில் பரிசீலிக்க வேண்டிய பொருளாகும்.

இக்கட்டுரையில் தொழிலாளி வர்க்கத்தின் அரசியல் பங்கு பற்றி மட்டும் எடுத்துக் கூறியுள்ளேன். மற்ற வர்க்கங்களின் அரசியல் பங்கு பற்றியோ, பிரஞ்சிந்தியப் பகுதிகளில் நிலவிய சமூகப் பொருளாதார நிலைகள் பற்றியோ எடுத்துக் கொள்ள முடியவில்லை. அத்தகைய வரலாற்றுப் பரிசீலனையைச் சில அரசியல் அறிஞர்கள் கூட்டாக முயற்சித்தால் வருங்காலத்திற்கு வழிகாட்டப் பயன்படும்.

பிரஞ்சு இந்தியப் பகுதிகளில் ஒரு முற்போக்கான ஆட்சி நடந்ததாக, புதுவையை அடுத்துள்ள பிரிட்டிஷ் இந்தியப் பகுதிகளில் ஒரு கருத்து அந்த நாளில் நிலவியது. அது உண்மையல்ல என்பது விவரமறிந்தோர்க்கு நன்கு தெரியும். பிரிட்டிஷ், பிரஞ்சு ஏகாதிபத்திய முரண்பாடுகளால் புதுவைப் பகுதியில் இந்தியப் புரட்சிக்காரர்கள் வந்து தங்கியதுண்டு, அப்படிப்பட்டவர்களுக்கு - பிரிட்டிஷ் ஆட்சியின் அடக்கு முறையிலிருந்து விடுபட ஒரு நிவாரணம் ஏற்பட்டது, இதனால் பிரஞ்சிந்திய மக்கள் உரிமைகளை முழுமையாக அனுபவித்தார்கள் என்பதாகாது. அதற்கு மாறாக பிரஞ்சிந்திய மக்கள் பிரஞ்சு ஏகாதி பத்தியத்தால் எப்படிச் சுரண்டப்பட்டார்கள் என்னும் விவரத்தை அறிந்தால் உண்மை புலனாகும்.

பிரஞ்சு ஏகாதிபத்தியம் தனது தொழில் உற்பத்திப் பொருள்களைப் புதுவைப் பகுதியில் இறக்குமதி செய்து விற்றது. ஜப்பானியப் பொருள் களை இறக்குமதி செய்து குறைந்த விலையில் விற்க உதவியது. இதன் மூலம் பிரிட்டிஷ் இந்தியப் பகுதிகளில் வியாபாரப் போட்டியை ஏற்படுத்தவும், பொருள்களைக் கடத்தல் நடத்தவும் துணை நின்றது. இரு ஏகாதிபத்தியங்களுக்கிடையில் உள்ள வியாபாரப் போட்டி இது. இதனால் ஆதாயமடைந்த சமூகப்பகுதிகள் பிரஞ்சு இந்தியப் பகுதிகளில் பிரஞ்சு ஏகாதிபத்தியத்திற்கு ஆதரவாக நின்றன. இப்பகுதி வியாபாரம், கல்வி, செல்வம் ஆகியவற்றில் வளர்ச்சியடைந்தது. சாதாரண மக்கள், விவசாயிகள், தொழிலாளிகள் கடும் சுரண்டலுக்கு உள்ளானார்கள். இதுமட்டுமல்ல உழைப்பாளி மக்களைக் குடிப்பழக்கத்திற்கு விரிவான அளவுக்கு ஆளாக்கியது. மலிவான விலையில் மதுவகைகளை இறக்குமதி செய்து விற்பனை செய்தது. இதன் மூலம் பிரிட்டிஷ் இந்தியப் பகுதிகளில் உள்ள மக்கள் குடிப்பதற்கும் ஜப்பானியப் பொருள்களை வாங்குவதற்கும் புதுவை, காரைக்கால் பகுதி பெரிய அளவில் வந்து சென்றனர். கடத்தலும் அதிகரித்தது. இது ஒரு பொய்யான வளமையை பிரிட்டிஷ் இந்தியப் பகுதி மக்களுக்கு எடுத்துக் காட்டியது.

இப்படிப்பட்ட சூழ்நிலையில் புதுவை, காரைக்கால், மாஹி (கேரளா), ஏனாம் (ஆந்திரா), சந்திர நாகூர் (வங்காளம்) பகுதியில் நிலவிய உண்மையான நிலைகளை உணர்ந்து கொள்ள, பலர் தவறி விட்டனர். ஆனால் புதுவைப் பகுதியில் இளைய தலைமுறையினர் உணரத்தலைப்பட்டவுடன் தங்கள் மக்களின் எதிர்காலம் குறித்து ஆழ்ந்த கவலை கொண்டனர். இதற்கு மற்றொரு தூண்டுகோலும் உண்டு. பிரிட்டிஷ் இந்திய விடுதலைப் போராட்டத்தின் வீச்சு அதிகரிக்கத் தொடங்கியது. புரட்சிக்காரர்களின் புதுவை வாசமும் தொடர்பும் புதிய அரசியல் சக்திகளைப் புரிந்து கொள்ள உதவியது. பிரதானமாகப் புதுவைப்பகுதி 1927-ஆம் ஆண்டில் கலவைக் கல்லூரி மாணவர்களின் கிளர்ச்சி ஒரு முதல் வெடிப்பாகத் தோன்றியது. இதற்கு முன்னாலும் சலனங்கள் இருந்தன. இதுபற்றி விவரபூர்வமாகவும், விரிவாகவும் ஆராயப்படவேண்டும். மாணவர்களின் இந்த முதல் வெடிப்பு அரசியல் ரீதியாக புதுவைப் பகுதியில் பெற்றோர்களின் ஆதரவையும் திரட்டி வெற்றி கண்டது என்பது ஒரு அரசியல் உண்மையாகும். புதுவை அரசாங்கம் மாணவர்களின் கோரிக்கையை நிறைவேற்றியது. பெற்றோர்கள் இதை ஆதரித்து, தங்கள் பிள்ளை களுக்காக மட்டுமல்ல, பிரஞ்சு ஆட்சியைக் குறிப்பிட்ட பிரச்சினையில்

எதிர்க்கத் திரண்டனர் என்கிற உண்மைதான் கவனத்திற்குரியது. இது திடீரென்று ஏற்பட்டதல்ல, அங்கு நிலவிய நிலைமைகளை மாற்ற ஒரு வழி தோன்றியது என்கிற உண்மை நமது கவனத்திற்குரியதாகும்.

இதை ஒட்டியே மாணவர்கள், இளைஞர் அமைப்புகள் உருவாகி வளர்ந்தது. 1930-32-ஆம் ஆண்டுகளில் இளைஞர்கள் இந்தியா முழுமையும் சட்ட மறுப்பு இயக்கத்தில் பங்கு பெற்றனர். படிப்பை உதறித் தள்ளிவிட்டு நாட்டுவிடுதலைக்கு சிறை சென்றனர். இதுபோன்று பிரஞ்சிந்திய வாலிபர் சங்க அமைப்பு உருவாகி அரசியல் தொண்டுகளில் ஈடுபட ஆரம்பித்தது.

இதைத் தொடர்ந்தே ஹரிஜன சேவா சங்கம் தோன்றி வளர்ந்தது. அந்நாளில் பிரிட்டிஷ் பிரஞ்சு ஏகாதிபத்தியங்கள் ஹரிஜனப்பகுதி களை தங்கள் பக்கம் இழுக்க கல்வி, வேலை வாய்ப்பு, மத மாற்றம் ஆகியவைகளைச் செய்தது என்பது நாடறிந்த உண்மை. ஹரிஜன சேவா சங்கம் அடித்தட்டு மக்களை பிரஞ்சு ஏகாதிபத்திய எதிர்ப்புக்கும் சமூக முன்னேற்றத்திற்கும் தொண்டு மூலம் நிறைவேற்றியது. 1934 பிப்ரவரியில் காந்திஜி புதுவை, மற்றும் தமிழ்ப் பகுதிகளுக்கு விஜயம் செய்தார். காந்திஜி பிரஞ்சிந்தியப் பகுதியிலும் ஹரிஜன சேவைக்கு விஜயம் செய்தது சமூகத் தொண்டுக்காக மட்டுமல்ல. ஏகாதிபத்திய எதிர்ப்பு சக்திகளைத் திரட்டவும் வந்த பயணம்தான் அது. இந்திய விடுதலை இயக்கத்தோடு தொடர்பு கொண்ட இயக்க மாகவும் பிரஞ்சிந்திய விடுதலை இயக்கம் பரிணமித்தது. சுதந்திரம் பத்திரிகை 1934 ஜூனில் துவங்கியது. அரசியல் தொழிலாளர் இயக்கத்திற்கு முன்னோடியாக விளங்கியது கம்யூனிஸ்ட்டு இயக்கத் தொடர்பும் தோழர் வ. சுப்பையாவின் மூலம் உருவாகியது. 1927 முதல் 1934 வரை நடந்துள்ள நிகழ்ச்சிகள் ஆரம்ப கட்டமாக - விடுதலை இயக்க அமைப்புகள் உருவாகிய காலமாக மதிப்பிடுவது சரியாக இருக்கும். இதையடுத்து நடந்த நிகழ்ச்சிகள் உணர்வு பெற்ற தொழிலாளி வர்க்கத்தின் உரிமைப் போராட்டமாக பரிணமித்தது. இப்போராட்டங்களில் தங்கள் உரிமைக்காக மட்டுமல்ல, பிரஞ்சிந்திய ஆட்சியின் கொடுமைக்கெதிராகவும், ஏகாதிபத்திய ஆட்சியின் ஏவலாளிகளை எதிர்த்தும் நடந்துள்ளது. இது அரசியல் அமைப்பு களாகவும் பின்னர் பரிணமித்தது. இதற்குப் பிரஞ்சு தொழிலாளர் இயக்கத்தின் தொடர்பும் ஆதரவும் கிடைத்தது. பிரிட்டிஷ் இந்திய விடுதலை இயக்கத்தின் தொடர்பும் ஆதரவும் திரண்டது. இக்கட்டம் இரண்டாவது கட்டமாகும். இது மிகமுக்கியமான அரசியல் கட்டம் என்றால் மிகையாகாது.

1935 ஜனவரியில் சவானா ஆலையில் நடந்த தொழிலாளர் வேலைநிறுத்தம் தொழிற்சங்க உரிமைச் சட்டம் கோரி நடந்தது. மீண்டும் ஜூன் மாதத்தில் நடந்தது. 1936 ஜூன் மாதத்தில் புதுவையில் மூன்று ஆலைகளில் உள்ளிருப்பு வேலை நிறுத்தம் நடந்தது. ஜூலை 30-ஆம் நாள் ராணுவத்தைக் கொண்டு சுழல் துப்பாக்கிகளால் தொழிலாளர்களைச் சுட்டு வீழ்த்தியது. 12 தொழிலாளர்கள் வீரமரண மெய்தினர். 1936-ஆம் ஆண்டில் இந்தியாவில் காங்கிரஸ் - சோஷலிஸ்ட் கம்யூனிஸ்ட் கட்சி உடன்பாடு ஏற்பட்டு வர்க்கப் போராட்டங்களைத் தீவிரப்படுத்த, ஏகாதிபத்திய எதிர்ப்புப் போராட்டத்தில் தொழிலாளர் விவசாயிகளை அணிதிரட்டிப் போராட முடிவெடுக்கப்பட்டது. இதே ஆண்டில் பிரெஞ்சு நாடாளுமன்றத்தில் புதுவைத் தொழிலாளர்களின் போராட்டத்திற்கு ஆதரவும் உரிமைக்காகக் குரலும் எழுப்பப்பட்டது. இது மட்டுமல்ல பிரெஞ்சு நாட்டில் மக்கள் முன்னணி அரசும் அமைத்திருந்தது.

புதுவை நிகழ்ச்சிகள், இந்திய நிகழ்ச்சிகள் ஐரோப்பாவில் பாசிசத்தை எதிர்த்து உருவான மக்கள் முன்னணி ஆகியவை உலகத் தொழிலாளர்களின் அணிதிரண்ட போராட்டத்தை நிரூபிக்கிறது. இது தற்செயலாக ஏற்பட்ட நிகழ்ச்சிகள் அல்ல. உலகில் ஏற்பட்ட பொருளாதார நெருக்கடியும், யுத்த அபாயமும், விடுதலை இயக்கங்களின் விரிவாக்கமும் இணைந்து பிணைந்த நிகழ்ச்சிகளாகும்.

இதே 1936 அக்டோபரில் ஜவஹர்லால் நேருவும் புதுவைக்கு வந்து பிரஞ்சு ஏகாதிபத்திய எதிர்ப்பு சக்திகளுடன் இணைப்பு கொள்கிறார்.

அவர் தனக்குள்ள சர்வதேசத் தொடர்பினை புதுவை இயக்கத்திற்கு அளித்த தோழர் சுப்பையா மூலம் பிரான்சு நாட்டுத் தொழிலாளர் இயக்கத்துடன் இணைப்புக்கு உதவினார்.

புதுவைத் தொழிலாளர் இயக்கம் இந்திய விடுதலை இயக்கத் துடனும், உலகத் தொழிலாளர் இயக்கத்துடனும் தொடர்பு கொண்டு வீறுகொண்ட அரசியல் இயக்கமாகப் பரிணமித்தது. 12 தொழிலாளர் களை இழந்து சட்ட உரிமைகளைப் பெற்று ஏகாதிபத்திய எதிர்ப்புச் சக்திகளுக்கு தன்னம்பிக்கை அளிக்கும் இயக்கமாகப் பரிணமிக்கிறது. இதுதான் ஏகாதிபத்திய எதிர்ப்பு அணி. விடுதலை இயக்க அணி பிரஞ்சிந்தியாவில் உருவாகி வலுப்பெற உதவியது. இந்த இயக்கத்தின் வீச்சு தமிழகத்திலும் தொழிலாளர் இயக்கத்தையும், இடதுசாரி இயக்கத்தையும் தீவிரப்படுத்துகிறது.

1935 முதல் *1939* முடிய போராட்டக் கட்டம் விடுதலை இயக்கத்திற்கு தொழிலாளர் இயக்கம் தலைமை தாங்கும் கட்டமாகப் பரிணமிக்கிறது. புதுவை இயக்கத்தின் விசேஷத் தன்மை இதுவாகும்.

வெற்றியடைந்த தொழிலாளி வர்க்கத்தை அடக்கி ஒடுக்கியும் தேசிய விடுதலை அணியைச் சீர்குலைக்கவும் பிரஞ்சு ஏகாதிபத்தியம் பல சாகசங்களைச் செய்தது. இத்தகைய நடவடிக்கைகள் *1937*-க்குப் பின் *1938*-இல் துவங்கியது. உள்ளூரில் ஏகாதிபத்திய ஆதரவாளர்களைத் திரட்டி இந்த இயக்கத்தை உடைக்க அரசு இயந்திரத்தைப் பயன்படுத்தினர்.

இதை எதிர்த்து தொழிலாளர்களும் மக்களும் காவல்துறை நீதி மன்றங்கள், நகராட்சி மன்றங்களுக்கெதிராகக் கிளர்ச்சியும் போராட்டமும் நடத்தினர். வரிகொடா இயக்கம் நடந்தது. மக்களால் தேர்ந்தெடுக்கப்பட்ட கிராம அமைப்புகள் மக்களால் தேர்ந்தெடுக்கப் பட்டு மக்களாட்சியும் நடைபெற்றது. இது ஒரு போட்டி அரசு அமைப்பாகச் செயல்பட்டது. மக்கள் அதிகாரத்தைப் பெறும் பலத்தைப் பெற்றிருந்தார்கள்.

இதை முறியடிக்க பிரஞ்சு ஏகாதிபத்தியம் இந்தோ சீனாவிலிருந்த, (சைகோன்) ஆப்பிரிக்க நாட்டு "செனகல்" ராணுவத்தை வரவழைத்து கொடும் அடக்குமுறையைக் கட்டவிழ்த்து விட்டது. மக்கள் அண்டைய பிரதேசங்களுக்குச் சென்று வாழ்ந்து கொண்டு போராட்டத்தைத் தொடர்ந்தார்கள்.

பிரஞ்சு ஏகாதிபத்தியம் அந்நாளில் இந்தோ சீனா செனகல் போன்ற பகுதிகளை அடக்கிக் கொண்டு வந்தது. அடிமை நாட்டு மக்களை அடக்கி ஆளவேண்டும் எனும் கொள்கையைக் கொண்டிருந்தது.

இக்கொள்கையைப் புதுவையில் கடைப்பிடித்தது. ஆனால் மக்கள் தோல்வியுறவில்லை. அரசியல் ஆவேசமுள்ள ஒரு இளைஞன் ஏகாதிபத்திய அடி வருடி - ஒருவரை - செல்வராஜ் செட்டியாரை *1938* டிசம்பர் பிற்பகுதியில் சுட்டு வீழ்த்தினான். ஏகாதிபத்திய ஆதரவாளர் களுக்குப் பீதி உண்டாக்கியது. பிரஞ்சு ஏகாதிபத்தியம் *1939*-ஆம் ஆண்டின் நடுப்பகுதியில் சிறைப்பட்டத் தலைவர்களை விடுதலை செய்தது. வெளியேறி வாழ்ந்திருந்த மக்கள் ஊர் திரும்பினார்கள்.

இந்த நிகழ்ச்சிகள் தமிழ் நாட்டுப் பகுதிகளில் மக்களிடம் குறிப்பாக தென்னாற்காடு, வடஆற்காடு மாவட்டங்களில் பிரஞ்சிந்திய விடுதலை இயக்கத்திற்குப் பரந்த ஆதரவைத் திரட்டியது.

மூன்றாவது கட்டம்

1939 செப்டம்பர் 1-இல் இரண்டாம் உலகப்போர் மூண்டதால் ஐரோப்பாவிலும், இந்தியாவிலும் பல அரசியல் மாற்றங்கள் ஏற்பட்டன. இதன் காரணமாக புதுவையிலும் தொழிலாளர் தலைவர்கள், அரசியல் தலைவர்கள் கைது செய்யப்பட்டார்கள். ஜனநாயக உரிமைகள் மறுக்கப்பட்டன.

உலகப்போர் அரங்கில் ஹிட்லர், முஸோலினி ஜப்பானிய பாசிஸ்ட் கூட்டணி சில வெற்றிகளை அடைந்தது. பின்னர் 1941 ஜூன் மாதத்தில் சோவியத் யூனியன் தாக்கப்பட்டது. போர் நடத்தும் அணியிலேயே மாறுதல் ஏற்பட்டது. ஒருபுறம் பாசிஸ்ட் அணி, மறுபுறம் பாசிஸ்ட் எதிர்ப்பு அணி, இந்த பாசிஸ்ட் எதிர்ப்பு அணியில் தொழிலாளர் தலைவர்கள் ஈடுபட்டார்கள்.

இந்தியாவின் விடுதலை இயக்க அணியில் கருத்து மாறுபாடு ஏற்பட்டு ஏகாதிபத்திய எதிர்ப்பு அணியில் பிளவு ஏற்பட்டது. இதன் பிரதிபலிப்பு புதுவையிலும் உருவாகியது. தொழிலாளி வர்க்க இயக்கம் உறுதியோடு நின்று மக்களை பாசிஸ்ட் எதிர்ப்பு அணியில் திரட்டியது.

1940-இல் கைது செய்யப்பட்ட தலைவர்கள் 1942 இறுதியில் விடுதலையாகி வந்து இந்த பாசிஸ்ட் எதிர்ப்பு அணியை உருவாக்கினார்கள். 1945-இல் இரண்டாம் உலகப்போர் முடிவுற்று உலகில் பல மாறுதல் ஏற்பட்டது. மூன்றாவது கட்டம் முடிவுற்று நான்காவது கட்டம் துவங்கியது.

தேசிய ஜனநாயக முன்னணி

1946-இல் பாசிஸ்ட் எதிர்ப்பு இயக்கத்தில் உருவாகிய அணி விரிவடைந்து தேசிய ஜனநாயக அணி உருப்பெற்றது. அரசியல் ரீதியாக பிரஞ்சிந்தியாவிற்கு சுயாட்சியும், அரசு அதிகாரமும் தேவை எனப் போராடியது. இந்த அணி அமோக வெற்றியைப் பெற்றது. பிரஞ்சு நாடாளுமன்றத்திற்கு முற்போக்கான பிரதிநிதிகள் தேர்ந்தெடுக்கப் பட்டனர்.

இந்தியாவில் 1946-இல் நடந்த கடற்படை, ராணுவம், தொழிலாளர், விவசாயிகளடங்கிய அணி முழு விடுதலை என்று போராடியது. இந்தியா சுதந்திரம் பெற இதுதான் இறுதிப் போராட்டமாகும்.

1947-இல் இந்தியா சுதந்திரம் அடைந்தது. ஆனால் பிரஞ்சிந்தியப் பகுதிகள் பிரஞ்சு ஆதிக்கத்திலிருந்தன. பிரிட்டிஷ் இந்தியப் பகுதிகள் 1947 ஆகஸ்ட்டில் சுதந்திரத்தைப் பெற்றன.

புதிய சாகசம்

மீண்டும் பிரெஞ்சு ஏகாதிபத்தியம் ஒரு அரசியல் சூழ்ச்சியில் இறங்கியது. குபேர் என்பவரைத் தனக்காகப் படை திரட்டி ஒரு அமைச்சரவையை அமைத்தது.

அப்போது 1947 ஆகஸ்ட்டில் மக்கள் பிரஞ்சு ஆட்சியை அகற்ற அறவழிப் போரில் இறங்கினார்கள். இதைப் பிளவுபடுத்தி ஒடுக்கவே குபேர் அமைச்சரவை ஏற்படுத்தப்பட்டது.

1947 முதல் 1954 அக்டோபர் முடிய பலவகைப் போராட்டங்கள் நடந்தன. புதுவைப் பிரதேசத்தில் அரசியல் அணி சேர்க்கையில் மாறுதல் ஏற்பட்டது. விடுதலைக்குத் தொடர்ந்து 1935 முதல் 1954 முடிய நடந்த போராட்டத்தில் உருவாகியிருந்த அணியில் மாறுதல்கள் ஏற்பட்டன. இந்த மாறுதல்கள் 1947-இல் இந்தியாவில் ஏற்பட்டதைத் தொடர்ந்தே புதுவையிலும் மாறுதல்கள் தோன்றின.

தொழிலாளி வர்க்கத்தின் தலைமையில் உருவான பிரஞ்சிந்திய ஏகாதிபத்திய எதிர்ப்பு அணி போராட்டங்களை நடத்தி பல்வேறு தியாகங்களைச் செய்து சொல்லொணாத துன்பங்களை ஏற்று விடுதலையைப் பெறுவதில் முன்னணியில் நின்றது.

அணியில் மாறுதல்

1947 முதல் 1954 முடிய பிரெஞ்சிந்தியப் பகுதிகளில் உள்ள ஆதிக்க வர்க்கங்கள் பிரஞ்சு தொடர்பையும் தங்களுக்கு அதிகாரமும் வேண்டுமெனப் போராடினர். இந்திய விடுதலை இயக்கத்தில் பங்கு பெற்ற சுரண்டும் வர்க்கமும் இதற்கு இணக்கமான நிலையைப் போல எடுத்திருந்தது.

இதன் விளைவாகவே 1954 முதல் பிரஞ்சிந்தியப் பகுதியில் அரசியல் அதிகாரத்தில் தொழிலாள வர்க்கம் பங்கு பெறக்கூடாது எனக் கருதியது. தவிர்க்க முடியாத நிலையில் சில நேரங்களில் உடன்பாடு கண்டது.

புதிய அணி தேவை

விடுதலை பெற்ற பிரஞ்சிந்தியாவில் பல்வேறு பிரச்சினைகள் தீர்க்கப்படவில்லை. சமுதாயத்தில் எந்த அடிப்படை மாற்றமும் ஏற்படவில்லை. மக்களின் துயரம், தொழிலாளி வர்க்கத்தின் துயரங்கள் தொடர்கின்றன. மூடிய ஆலை திறக்கப்படவில்லை. இளைய தலைமுறைக்கு எதிர்காலம் நிச்சயமற்றதாக மாறியுள்ளது.

இந்நிலை மாற, சமுதாய மாற்றத்திற்கு, இந்திய மக்களோடு சேர்ந்து புதிய அணி உருவாகப் பாடுபடவேண்டும். இக்கடமை பரந்த ஏகாதிபத்திய எதிர்ப்பு அணியைக் கட்டுவதைவிடக் கடினமானது; தவிர்க்க முடியாதது. தொழிலாளி வர்க்கமும் உழைக்கும் விவசாயிகளும் இந்த அணியின் அச்சாக இருப்பார்கள்.

சமூகப் பொருளாதார மாற்றங்களுக்காகவே அரசியல் மாறுதலும் தேவை. தொழிலாளி வர்க்கம் பிறசக்திகளைத் திரட்டி அணிவகுத்துப் போராட வேண்டும். கடந்த கால அனுபவம். படிப்பினை நமக்கு நம்பிக்கை அளிக்க வேண்டும்.

புதுவை 'சுதந்திரம்'
சிறப்பு மலர் - 1985

தோழர் ப.மாணிக்கத்தின் தியாக வாழ்வு

ஆர்.நல்லகண்ணு

இந்திய கம்யூனிஸ்ட் கட்சியின் முன்னாள் மாநிலச் செயலாளர் தோழர் ப. மாணிக்கம் அவர்கள் மறைந்து ஏழாண்டு கடந்து விட்டன.

தோழர் ப.மாணிக்கம் 1922 அக்டோபர் மாதம் 26-ஆம் நாள் கடலூரில் பிறந்தார். தந்தை திரு. பக்கிரிசாமி பிள்ளை; தாயார் திருமதி. மகமாயி அம்மாள்.

தந்தை பக்கிரிசாமி பிள்ளையின் பூர்வீக ஊர் தஞ்சை மாவட்டத்தில் வலங்கைமான் அருகிலுள்ள பாடகச்சேரியாகும்; கடலூர் துறைமுகமாக வளர்ந்து வந்ததால் அங்கே பக்கிரிசாமி பிள்ளை குடியேறினார்; வியாபாரத்தில் ஈடுபட்டார்; குடும்பம் வசதியாக வளர்ந்து வந்தது. ப.மாணிக்கம் நெல்லையில் கட்சியின் நிருவனத் தலைவர்களில் ஒருவராக இருந்தார். விடுதலைப் போராட்ட தியாகி தளவாய் அவர்களின் சகோதரி சரஸ்வதியை திருமணம் செய்துகொண்டார். இவருக்கு 5 மகன்கள், ஒரு மகள். எல்லோருக்கும் திருமணம் ஆகிவிட்டது.

அவர் வாழ்ந்த எழுபத்தேழு ஆண்டுகளில் அறிவு தெரிந்த நாள் முதல் விடுதலைப் போராட்டத்தோடு இணைந்த பொதுவுடைமைக் கொள்கையில் ஊறித் திளைத்தவர்.

பிரிட்டிஷ் ஏகாதிபத்தியத்தைக் காலூன்றச் செய்த ராபர்ட் கிளைவ் தங்கியிருந்தது கடலூர். அதே கடலூர் விடுதலைப் போராட்டத்துக்கும் விளைநிலமாகத் திகழ்ந்தது. அக்காலத்தில் மாணிக்கம் அவர்களின் சொந்த வீட்டில் தாயாருடன் அவர் வசித்தபோது, அவ்வீடுதான் மாவட்ட கட்சியின் செயல் அலுவலகமாக விளங்கியது. புருஷோத்தமன், ஜெயராமன் போன்ற கட்சித்தோழர்கள் அப்போது அவ்வில்லத்தில் கட்சிப்பணி ஆற்றி வந்தார்கள்.

அண்டையிலுள்ள பிரெஞ்சுக் காலனியாக இருந்த புதுவையில் நடைபெற்ற ஜனநாயக இயக்கங்களின் அத்தனை தாக்கங்களும் கடலூரில் பிரதிபலித்தன.

1930-ஆவது ஆண்டுகளின் அரசியல் நிகழ்ச்சிகள் அனைத்தும் சிறுவனாக இருந்த மாணிக்கத்தை சிறந்த தேசபக்தனாகவும், பொதுவுடைமைப் போராளியாகவும் உருக்கொடுத்தன.

பள்ளிப்படிப்பைக் கடலூரில் முடித்து விட்டு, சிதம்பரத்திலுள்ள அண்ணாமலைப் பல்கலைக்கழகத்தில் சேர்ந்தார். அண்ணாமலை பல்கலைக்கழகத்தில் மார்க்சீய அறிஞர்கள் சுப்பிரமணிய சர்மாவும், இளைஞர்களின் எழுச்சி நாயகனாகத் திகழ்ந்த பாலதண்டாயுதம் அவர்களும் கல்லூரியில் தோழர் மாணிக்கம் அவர்களின் முன்னோடியாக இருந்தார்கள்.

நெல்லிக்குப்பம் பாரிக் கம்பெனி சர்க்கரை ஆலைத் தொழிலாளர் இயக்கங்களுக்கு வழிகாட்டியாக விளங்கிய அமரர் ஜீவா அவர்களின் தமிழ்ப்பற்றும், பழக்கமும் தோழர் மாணிக்கத்தை பொதுவுடைமை இயக்கத்தில் முழுமையாக ஈடுபடச்செய்தது.

அண்ணாமலைப் பல்கலைக்கழகத்திலிருந்து மாணிக்கம் வெளியேற்றப்பட்டார். 1944-லிருந்து மாணவர் சம்மேளனத்தின் பொறுப்பாளராகவும் பின்னர் தென்மாவட்டங்களுக்கு இந்திய கம்யூனிஸ்ட் கட்சியின் மாவட்ட அமைப்பாளராகவும் செயல்பட்டார்.

மதுரை ஹார்வி மில் நிர்வாகி பிரிட்டிஷ் முதலாளியை எதிர்த்து நடந்த இயக்கத்தில் தோழர்கள் பி.ராமமூர்த்தி, எம்.ஆர்.வெங்கட்ராமன்; கே.டி.கே.தங்கமணி ஆகியோருடன் ப.மாணிக்கம் மீதும் மதுரை சதிவழக்கு போடப்பட்டது. ஓராண்டு விசாரணைக் கைதியாக இருந்தார். நாடு விடுதலை பெற்றதும் வழக்கிலும் விடுதலை கிடைத்தது. நெல்லை மாவட்டத்தில் கட்சிச் செயலாளராகப் பல ஆண்டுகள் செயல்பட்டார்.

இந்திய கம்யூனிஸ்ட் கட்சி தடை செய்யப்பட்டதும் தலைமறைவாகி விட்டார்; இரண்டாண்டு தலை மறைவு. தந்தையின் இறுதிச் சடங்குக்குக் கூடப் போகமுடியவில்லை. கைது செய்யப்படும்போது கொடிய அடக்குமுறைக்குள்ளானார். நெல்லை சதிவழக்கில் முக்கிய எதிரியாகச் சேர்க்கப்பட்டார். ஆயுள் தண்டனை விதிக்கப்பட்டது. இவர் சிறையிலிருக்கும் போது தான் தோழர் மாணிக்கத்தின் ஒரே சகோதரிக்கு நடந்த திருமணத்துக்கும் செல்ல முடியவில்லை. மூன்றாண்டுகளுக்குப் பின்னர் விடுதலை செய்யப்பட்டார். மீண்டும் நெல்லை மாவட்டப் பொறுப்பாளராகவும், மாநிலக்கட்சியின் முக்கிய பொறுப்பாளராகவும் பணியாற்றினார். சீனத் தகராறையொட்டியும், ஓராண்டுக்கு மேல் சிறையிலிருந்தார்.

இந்திய கம்யூனிஸ்ட் கட்சியின் மாநிலக்குழுவில் துணைச் செயலாளராகவும், பதினைந்து ஆண்டுகளுக்கு மேலாகச் செயலாளராகவும் சிறப்பாகப் பணியாற்றினார்.

ஜனசக்தி, தாமரை இதழ்களின் ஆசிரியராகவும் இருந்தார். என்.சி.பி.எச். புத்தக நிறுவனத்தின் வளர்ச்சிக்கு உறுதுணையாக இருந்தார்.

தமிழ்நாடு சட்ட மேலவையில் உறுப்பினராக இருந்த போது தமிழகத்தின் நீர்ப்பாசன வசதி மற்றும் பல்வேறு பிரச்சினைகளுக்கு அரிய ஆலோசனைகளைக் கூறியவர்.

எழுபத்தேழு ஆண்டுகளில் எண்ணற்ற சோதனைகளைக் கடந்தவர்; சொந்த வாழ்க்கையிலும், அரசியல் வாழ்க்கையிலும் வேறுபாடில்லாமல் வாழ்ந்து காட்டியவர்.

தலைமறைவு, அடக்குமுறை, சிறைத்தண்டனை இவ்வளவையும் அனுபவித்துக் கொண்டு இம்மியளவும் சபலங்களுக்கு ஆளாகாமல், கட்சிப் பணியாற்றிய கம்யூனிஸ்ட் தலைவர் தோழர் ப.மாணிக்கம். ஆடம்பர அரசியல் அவருக்கு அறவே பிடிக்காது. எளிமையும் மனஉறுதியும் கொள்கைத்தெளிவும் உள்ளவர்.

நெல்லை, இராமநாதபுரம், மதுரை ஆகிய மூன்று மாவட்டங்களைச் சேர்ந்த முன்னூறுக்கு மேற்பட்ட தோழர்கள் மதுரை மத்திய சிறையில் விசாரணைக் கைதிகளாகவும், ஆயுள் தண்டனைக் கைதிகளாகவும் இருந்தோம். கொடிய அடக்குமுறைக்குள்ளான நேரம். குடும்பங்களைப் பிரிந்த இளைஞர்கள், தொழிலாளர்கள், விவசாயிகள், வேலையிலிருந்து நீக்கப்பட்ட படித்த இளைஞர்கள் அனைத்துப் பிரிவைச் சேர்ந்த தோழர்களையும் அரசியல் நெருக்கடியான நேரத்தில் ஒருங்கிணைத்து வழி நடத்திச் சென்றதில் தோழர் ப.மாணிக்கம் அவர்களுக்குப் பெரும் பங்கு உண்டு. ஒவ்வொருவரையும் தனித்தனியாகச் சந்தித்து ஆறுதல் கூறுவார். அதே நேரத்தில் அரசியல் தெளிவும் நம்பிக்கையும் ஊட்டுவார்.

உள்கட்சி வாழ்வில், தனிநபர்களின் தவறுகளை எடுத்துக் கூறும் அதே வேளையில் பழிவாங்குதலுக்கு இடமளிக்காமல் கூடுமானவரைத் திருத்துவதற்கு முயற்சிப்பார்.

கட்சி அமைப்புகளை உருவாக்குவதிலும், மாவட்ட அலுவலகங் களையும் மாநில அலுவலக வேளைகளை முறைப்படுத்துவதிலும் அக்கரை எடுத்து வழிகாட்டி வந்தார்.

சுரண்டலற்ற சோஷலிச சமுதாயத்தை நிறுவுவதற்காகவும், இந்திய சமுதாயத்தில் சாதிமதப் பாகுபாடற்ற சமத்துவ சமுதாயம் நிறுவப்போராடும் கம்யூனிஸ்ட் இயக்கத்திலுள்ளவர்கள் அதிகமாகப் படித்துத் தெரிந்துகொள்ள வேண்டும் என்று வலியுறுத்துவார்.

சிறந்த மார்க்சீய அறிஞர், ஆழமான புலமை படைத்தவர். சங்ககால இலக்கியந்தொட்டு நவீன காலத்தமிழ் இலக்கியங்களையும் கற்றுத் தெளிந்தவர். தொலைநோக்குப் பார்வையுள்ளவர், தொன்மை வாய்ந்த வரலாறு கொண்டுள்ள தமிழகத்தின் சமுதாய வரலாற்றை (Social History) தொகுக்கப்பட வேண்டுமென்று மறைந்த பேராசிரியர் நா. வானமாமலை அவர்களிடம் அடிக்கடி வலியுறுத்துவார்.

இந்திய கம்யூனிஸ்ட் கட்சியின் 50-ஆவது ஆண்டு ஜனசக்தி பொன் விழா மலரில் தான் "தேர்ந்தெடுத்த வழி" என்ற கட்டுரை எழுதியிருந்தார்.

"நாட்டில் ஏற்பட்ட அரசியல் நிகழ்ச்சிகள் மாணவப் பருவத்தில் என்னைத் தீவிர அரசியல் பாதைக்கு இழுத்தது. நாட்டின் விடுதலைக்கு வழி எது? சமுதாயத்தின் விடுதலைக்கு ஏற்றத்தாழ்வற்ற வளமான சமுதாயத்தை அமைக்க வழி எது? என்று தேடி அலைந்த என் சிந்தனைக்கு கம்யூனிஸ்ட் கட்சியின் கொள்கைகள் வேலை முறைத்தெளிவையும் நம்பிக்கையையும் தந்தது. அன்று தேர்ந்தெடுத்த வழியில் பயணத்தை தெளிவோடும் நம்பிக்கையோடும் தொடர்கிறேன்" என்று எழுதியிருக்கிறார்.

தோழர் ப.மாணிக்கம் அவர்கள் தெளிவோடும் நம்பிக்கை யோடும் தொடர்ந்த வழியில் உறுதியோடு செயலாற்றுவோம்!

இளம் தலைமுறையினரைப் பயிற்றுவித்த பல்கலைக்கழகம் ப.மாணிக்கம்

- முனைவர் மே.து.ரா.

தோழர் ப.மாணிக்கம் அவர்கள் அண்ணாமலைப் பல்கலைக் கழகத்தில் பயின்றபோது, பொதுவுடைமைக் கொள்கைகளில் கொண்டிருந்த ஈடுபாட்டினால் அந்த இயக்கத்தோடு தம்மை முழுமையாக இணைத்துக்கொண்டார். 1942 ஆகஸ்டுப் போராட்டத்தில் பல்கலைக் கழகத்திலிருந்து வெளியேற்றப்பட்டார்.

பின்னர், பொதுவுடைமை மற்றும் முற்போக்கு எண்ணம் கொண்ட மாணவர்களை அமைப்பு முறையில் திரட்டும் பொறுப்பினை மேற்கொண்டு சென்னை, திருச்சி ஆகிய நகரங்களை மையமாகக் கொண்டு செயல்பட்டார். அப்பொழுது தொடங்கிய தோழர் மாணிக்கம் அவர்களின் பொதுவாழ்க்கைப் பணிகள் இறுதி மூச்சு வரை தொடர்ந்து கொண்டிருந்தன.

பொதுவாழ்க்கை, கட்சி வாழ்க்கை என்று எடுத்துக் கொண்டால், தோழர் மாணிக்கம் அவர்களின் சிறப்புகளைச் சொற்களின் வரையறைக்குள் அடக்க முயற்சிப்பது அவ்வளவு எளிதன்று.

1. அமைப்புகளை உருவாக்கும் திறன்
2. அணிகளைப் பயிற்றுவிக்கும் பாங்கு
3. கொண்ட கொள்கைகளில் தெளிவு
4. பெரும்பான்மையை ஏற்றுக்கொள்ளும் பக்குவம்
5. எடுத்த முடிவுகளைச் செயல்படுத்துகின்ற உறுதி
6. மக்கள் மன உணர்வுகளைப் புரிந்துகொள்ளும் ஆற்றல்
7. செயல்பாடுகளுக்கு வடிவம் கொடுக்கக்கூடிய ஆக்கம்
8. சிக்கல்களை விவரித்து மையப் போக்குகளைத் தெளிவாக வெளிப்படுத்துகின்ற புரிதல்
9. விவாதங்களுக்கிடையில் திரண்ட கருத்துக்களை இணைத்து இலக்கை வரையறுத்துக் கூறும் அறிவு
10. தன்னை முன்னிலைப்படுத்தாத துணிவு

11. இயக்க நலனை முன்னிறுத்தும் சால்பு
12. விட்டுக்கொடுக்கும் பெருந்தன்மை
13. பிறர் திறமைகளைக் கண்டு போற்றும் பண்பு
14. எதிர்காலத்துக்குத் திட்டமிடும் தொலைநோக்குப் பார்வை
15. அடுத்த தலைமுறையைப் பயிற்றுவிக்கும் கடமையுணர்வு

என இவற்றையெல்லாம் ஒருங்கே கொண்டிருந்த மாபெரும் தலைவராகத் தோழர் மாணிக்கம் அவர்கள் விளங்கினார்கள் என்பதில் யாருக்கும் மாற்றுக் கருத்து இருக்க இயலாது.

இவற்றினூடே, தோழர் மாணிக்கம் அவர்கள் பெற்றிருந்த சில குணநலன்களும் சிறப்பியல்புகளும் தகுதிநிலைகளும் அவருடைய பணிகளை மேம்படுத்தி, அவர்தம் செயல்பாடுகளை மேலும் மேலும் செம்மைப்படுத்தியிருக்கின்றன. இந்த வகையில் சேவை உள்ளம், அர்ப்பணிப்பு, மனித நாட்டம், எளிமை, இனிமை, பொறுமை ஆகியன தோழர் மாணிக்கம் அவர்களிடம் இயல்பாகவே குடிகொண்டிருந்தன. நினைவாற்றலினால், கட்சி, இயக்கம் குறித்த விவரங்கள் அனைத்தையும் வேண்டியபோது எடுத்துக்கூறும் தனித்துவமும் அவரிடமிருந்தது.

இவை யாவற்றுக்கும் மேலாக, மார்க்சியப் பேரறிஞராக, சிந்தனையாளராக, நுணுகிப் பார்க்கும் திறனாய்வாளராக அவர் அமைந்திருந்தமை, அவரது பாதையைப் பயன்படுத்தி, பயணத்தை முனைப்புடன் முன்னெடுத்துச் செல்லத் துணைநின்றன எனலாம்.

பன்முகத் தன்மை கொண்ட தோழர் மாணிக்கம் அவர்களைப் பற்றி ஒரு சிறு கட்டுரையில் முழுமையாக வெளிப்படுத்துவது எனது நோக்கமன்று. இருப்பினும், தோழர் மாணிக்கம் அவர்கள், இளம் தலைமுறையினரைப் பயிற்றுவிக்க எடுத்துக்கொண்ட முயற்சிகளை எனது பட்டறிவுவழிக் குறிப்பிட விழைகின்றேன்.

'அண்ணாச்சி' என்றே அன்புடன் இளைய தலைமுறையினரால் - குறிப்பாக அண்ணாமலைப் பல்கலைக்கழக மாணவர்களால் தோழர் ப.மாணிக்கம் அவர்கள் அழைக்கப்பட்டு வந்தார். பேராசிரியர் ஆ.சிவசுப்பிரமணியன் அவர்கள் வழியாக இது அமைந்ததாகும்.

விடுதலை இயக்க காலத்திலேயே அனைத்திந்திய மாணவர் பெருமன்றம் தோன்றி வளர்ந்து வலுப்பட்டிருந்தது. இருப்பினும், நாடு விடுதலை பெற்ற பின்னர், பொதுவுடைமை இயக்கம் தடை செய்யப்பட்டு, கட்டவிழ்த்து விடப்பட்ட அடக்குமுறைகளால்,

மாணவர் மன்றமும் பல இடர்களை எதிர் நோக்க வேண்டியிருந்தது. இந்த நிலையில், அமைப்பு அடிப்படையில் மாணவர் இயக்கம் செயல்பட முடியவில்லை எனினும், தமிழகத்தின் வெவ்வேறு பகுதிகளிலும் மார்க்சிய வேட்கை கொண்ட மாணவர்கள் பலர் தங்களுடைய பணிகளைத் தொடர்ந்து மேற்கொண்டு வந்தார்கள். 1965 இந்தி எதிர்ப்புப் போராட்டத்தினை அடுத்து, மாணவர்களை அமைப்பு முறையில் திரட்டும் பொறுப்பைத் தோழர் மாணிக்கம் அவர்கள் எடுத்துக்கொண்டார்கள். நெல்லை மாவட்டச் செயலாளராகத் தோழர் மாணிக்கம் அவர்கள் இருந்தபோது நெருங்கிய தொடர்புகொண்டிருந்த பேரா.ஆ. சிவசுப்பிரமணியன் அவர்கள் அப்போது அண்ணாமலைப் பல்கலைக்கழகத்தில் பயின்று கொண்டிருந்தார். மாணவர் அமைப்புத் தொடர்பாக அவரைக் காணத் தோழர் மாணிக்கம் அவர்கள் 21-02-1966 அன்று அண்ணாமலை நகர் வந்திருந்தார்கள். அன்றுதான் முதன்முதலாகத் தோழர் மாணிக்கம் அவர்களைக் காணும் வாய்ப்புக் கிடைத்தது.

தோழர் மாணிக்கம் அவர்களின் வழிகாட்டுதலின் அடிப்படையில் நாங்கள் மாணவர்களைத் திரட்ட முயன்றோம். அடுத்த ஆண்டு பேரா.செ.போத்திரெட்டி அவர்கள் தமிழ் முதுகலை மாணவராக எங்களுடன் இணைந்துகொண்டார். ஆனால், அதற்கு அடுத்த ஆண்டு பேரா.சிவம் படிப்பை முடித்து ஊர் திரும்பிவிட்டார். முற்போக்குக் கருத்துக்கள், பொதுவுடைமைச் சிந்தனைகள், தமிழ் பயிற்சி மொழி, சோவியத் ஈர்ப்பு என்று பல முனைகளில் மாணவர்களை ஒன்றிணைக்க முயன்றோம். ஆனால், மாணவர்களைத் திரட்டி என்னதான் பேசினாலும், நிறைவாக அவர்களில் ஒருவராவது, "இந்தி குறித்த உங்கள் நிலை என்ன" என்று கேட்காமல் இருக்கமாட்டார். அப்போது, கட்சியின் நிலையான, 'இந்தி தான் ஆட்சி மொழி, ஆனாலும் இந்தித் திணிப்பை எதிர்க்கிறோம்' என்பதை வெளிப்படையாகக் கூறமுடியாமல், 'இந்தித் திணிப்பை எதிர்க்கிறோம்' என்பதை மட்டும் வலியுறுத்தி விளக்கிக் கூறுவோம். ஆனால், இதை ஏற்றுக்கொள்கின்ற மனநிலையில் இல்லாத மாணவர்கள், எங்களுடன் இணையத் தயக்கம் காட்டுவார்கள் அல்லது மறுத்துவிடுவார்கள். பிறசார்புப் போக்குகளினால் கிடைத்த ஏற்பும், 'இந்தி'யால் அடிபட்டுப்போகும்.

இதற்கிடையில், தோழர் மாணிக்கம் அவர்கள் தொடர்ந்து எங்களுடன் தொடர்பு வைத்துக்கொண்டிருந்தார். மாணவர்களைத் திரட்ட எங்களுக்கு இருந்த தடைகளைத் தோழர் மாணிக்கம் அவர்களிடம் எடுத்துக்கூறினோம். பல நாள் கலந்துரையாடல்களுக்குப் பிறகு, தோழர் மாணிக்கம் அவர்கள், 'அரசியல் சட்டத்தில் உள்ள எல்லா

மொழிகளும் சமம்' என்பதை முன்னிறுத்தி, 'தமிழ்நாட்டைப் பொறுத்தவரை, ஆட்சி மொழியாகவும் நீதிமன்ற மொழியாகவும் தமிழ் உடனடியாக ஆக்கப்பட வேண்டும்' என்பதை வலியுறுத்தலாம் என்ற திட்டமொன்றை எங்களுக்குக் கொடுத்தார்.

இந்த நிலைப்பாடு எங்களுக்கு மிக உதவியாக அமைந்தது என்றுதான் கூறவேண்டும். குறிப்பாக, அனைத்து மொழிகளும் இணை என்பதும் தமிழ் பயிற்சி மொழி என்பதும் மாணவர்களைக் கவர்ந்தன. மாணவர்களைத் திரட்டும் எங்கள் முயற்சிகளுக்குப் பயன் கிடைக்கத் தொடங்கியது. பல மாணவர்கள் எங்களுடன் இணைந்தனர்.

பாட்னாவில் 1968 பிப்ரவரியில் கூடிய இந்தியக் கம்யூனிஸ்ட் கட்சியின் எட்டாவது அனைத்திந்திய மாநாடு, அனைத்து மொழிகளும் இணை என்ற நிலையினை ஏற்றுக்கொண்டது. இதற்குத் தோழர் மாணிக்கம் அவர்களின் பங்களிப்புக் குறிப்பிடத்தக்கது என்பதைப் பின்னர் அறிந்துகொண்டேன்.

தமிழ் பயிற்சி மொழி என்ற திட்டத்தினை எதிர்த்து அப்போது ஒரு பெரும் இயக்கமே நடத்தப்பட்டது. சென்னைப் பல்கலைக்கழகத் துணைவேந்தராக இருந்த டாக்டர் லட்சுமணசாமி முதலியார் போன்றவர்களே இதற்குத் தலைமை தாங்கினர். 1968 சனவரியில் தமிழ்நாட்டின் சட்டமன்றச் சிறப்புக் கூட்டத்தில், அறிவியல் உள்ளிட்ட அனைத்துப் பாடங்களும் தமிழில் பயிற்றுவிக்கப்படும் என அறிவிக்கப் பட்டது. இதனையொட்டி, தமிழ் பயிற்சி மொழி எதிர்ப்பு மேலும் வலுப்பட்டது. ஆனால், இத்தகைய போராட்டங்களில் பெரும் பகுதி மாணவர்கள் முனைப்புக் காட்டவில்லை. மாறாக, பல கல்லூரிகளில் தமிழைப் பயிற்சி மொழியாக்க வேண்டும் என்ற போராட்டங்கள் எழுந்தன. தமிழ் பயிற்சி மொழி எதிர்ப்பைத் தடுத்து நிறுத்தவும், ஏற்பை வலியுறுத்தவும் அந்தக் காலகட்டத்தில் நடந்த பெரும்பாலான முயற்சிகளுக்கு நமது மாணவர் இயக்கமே முன்னின்றது என்பது குறிப்பிடத்தக்கது. தோழர் மாணிக்கம் அவர்கள் தொடக்கிவைத்த வழிகாட்டுதல் பெரும் பயன் கொடுத்திருப்பதை இதில் பார்க்கலாம்.

தோழர் மாணிக்கம் அவர்கள் அனைத்து வகைகளிலும் மாணவர் களுக்குப் பயிற்சியளித்துப் பக்குவப்படுத்தினார் என்று கூறினால் மிகையாகாது. அவ்வப்போது வாய்ப்புக் கிடைக்கும் போது அண்ணாமலைப் பல்கலைக்கழகத்திற்கு வந்ததுடன், தொடர்ந்து மடல்கள் எழுதியும் ஊக்கம் தந்தார். நேரில் வந்தபோதெல்லாம் மார்க்சியப் பாட அறிமுகம், அரசியல் நிலைமை, கட்சியின் நிலை,

மாணவர் இயக்கம் தொடர்பான வழிகாட்டுதல்கள், கல்வி உள்ளிட்ட பொது அறிவு போன்றவற்றில் பயிற்சி பெறுகின்ற வாய்ப்பு எங்களுக்குக் கிடைக்கும்.

இவற்றுக்கிடையில், படிப்பில் முழு ஈடுபாடு செலுத்த வேண்டும் என்பதையும் வற்புறுத்துவார். இயக்கத்தில் பங்கு கொள்கின்ற மாணவத் தோழர்கள் படிப்பில் எடுத்துக்காட்டாக இருக்கவேண்டும் என்பது தோழர் மாணிக்கம் அவர்களின் பெருவிருப்பமாகும். அப்படி எடுத்துக்காட்டாக இருந்தால்தான் மாணவர்களுக்குத் தலைமை தாங்கமுடியும் என்று கூறுவார்.

தி.மு.க ஆட்சிக்கு வந்த பிறகு, அந்த ஆட்சிக்குச் சிக்கல் உருவாக்க வேண்டும் என்பதற்காக இந்தி எதிர்ப்பில் நாட்டம் இல்லாது இருந்தவர் சிலர் மீண்டும் இந்தி எதிர்ப்பு இயக்கம் நடத்த முயன்றனர். இது பற்றி 06-01-1969 அன்று எனக்கு மடல் எழுதினார், 'மாணவர்களை திசை திருப்ப மீண்டும் இந்தி எதிர்ப்பு இயக்கம் நடக்கிறது. படிப்பில் அக்கரை குறைகிறது. சென்னையில் நாம் தலையிட முடியவில்லை. நமக்கு மாணவர்கள் மிகக் குறைவு. இது பற்றி நாம் ஏதாவது செய்தாக வேண்டும்.'

ஒருவர் பொதுவுடைமைப் பண்புகளைப் பெறவேண்டும் என்பதில் தனிமனித ஒழுக்கமும் இயைந்து கிடக்கிறது என்பதை அறிவுறுத்துவார்.

எதையும் தொலைநோக்குடன் பார்க்கவேண்டும் என்பது தோழர் மாணிக்கம் அவர்களின் எண்ணம். அண்ணாமலைப் பல்கலைக்கழகத்தில் உள்ளூர் மாணவர்களை மிகுதியாகச் சேர்க்க ஒரு இயக்கம் நடந்தது. இது குறித்து அறிந்து, அப்போது திருச்சியிலிருந்தாலும் அங்கிருந்தே உடனடியாக 20-08-1968 அன்று எனக்குக் கீழ்க்கண்டவாறு மடல் எழுதினார்; "அண்ணாமலை நகரில், சிதம்பரம் நகர, தாலுகா மாணவர் களுக்கு அதிக இடங்கள் கேட்டு... பிரமுகர்கள் உண்ணாவிரதமிருக் கிறார்கள். அது பற்றிய நிலைமையைத் தெரியப்படுத்தவும். நாம் பொதுவாக ஆதரித்தால் போதும். இதற்கு மேல் நாம் விசேஷமாக ஒன்றும் செய்ய வேண்டாம். காரணம், பல்கலைக்கழகத்தை ஸ்தல கழகமாக மாற்ற நினைப்பது தவறு. ஆனால், அதிக ஸ்தானங்கள் இன்றைய பொதுத்தேவை. இது சிதம்பரத்திற்காக மட்டுமல்ல. ஸ்தலத்திற்கு ஒரு குறிப்பிட்ட சதவிகிதம் ஒதுக்கினால் போதும்." கல்லூரி வேறு, பல்கலைக்கழகம் வேறு என்று பாகுபடுத்திப் பார்க்க வேண்டும் என்பதை எங்களுக்குத் தெளிவுபடுத்தினார்.

எங்களது சிறுசிறு பணிகளையும் அவர் ஊக்கப்படுத்தத் தயங்கியதில்லை. அண்ணாமலைப் பல்கலைக்கழகத்தில் நாங்கள் பயின்றபோது பெரியார், அண்ணா, காமராசர் ஆகியோரது பிறந்த நாள்களின்போது, அவர்களது படங்களுடன் அவர்களைப் பற்றிய புகழுரைகளையும் துண்டு வெளியீடாக அச்சிட்டு விடுதி மாணவர்களின் அறைகளில் விடியற்காலையில் அந்தந்த இயக்கத்தினர் போடுவார்கள். இந்த வழக்கத்தையொட்டி, நவம்பர் (அக்டோபர்) புரட்சியின் ஐம்பதாவது ஆண்டு விழாவின் போது, நாங்கள் ஒரு துண்டு வெளியீட்டினை மாணவர்களது அறைகளில் போட்டோம். இதன் ஒரு படியினைத் தோழர் மாணிக்கம் அவர்களுக்கு அனுப்பியிருந்தேன். இதைப் பார்த்தவுடன் 11-11-1967 அன்று எனக்கு மடல் எழுதியிருந்தார்; "தங்களின் கடிதம் கிடைத்தது. துண்டுப் பிரசுரமும் பார்த்தேன். துண்டுப் பிரசுரம் நன்றாகவே உள்ளது."

சிதம்பரம் அருகில் உள்ள தாதம்பேட்டையில் கட்சி உறுப்பினர் களுக்கான அரசியல் வகுப்பு 1967 நவம்பர் 19, 20, 21 நாள்களில் நடைபெறுவதாக இருந்தது. இதில் கலந்துகொள்ள நமது மாணவர் சிலர் விழைந்தனர். இது குறித்துத் தோழர் மாணிக்கம் அவர்களுக்குத் தெரிவித்தேன். அவர் 11-11-1967 அன்று மறுமடல் எழுதியிருந்தார், "மாணவர்களுக்குத் தனி வகுப்பு ஏற்பாடு செய்கிறோம். தேதி, இடம் குறித்து உங்களிடம் நேரில் பேசுகிறேன். நான் சிதம்பரத்திற்கு 19 காலை வந்துவிடுகிறேன். ஒரு நாள் முழுதாக உங்கள் வேலையைப் பார்த்துவிட்டு 20-இல் வகுப்புக்குச் செல்கிறேன். மீண்டும் 21-இல் காலை சந்திக்கிறேன். முடிந்தால் 18-ந் தேதியே வரப்பார்க்கிறேன். தா.பாண்டியனிடம் கேட்டு தேதி குறித்து எழுதுகிறேன். உங்களுக்கு எந்த தேதி வசதி எனத் தெரிவிக்கவும்."

மாணவர்கள் மார்க்சியப் பயிற்சி பெறுவதைத் தோழர் மாணிக்கம் அவர்கள் மிக இன்றியமையாததாகக் கொண்டிருந்தார். அதனால் 21-11-1967 அன்று ஒரு நாள் முழுதும் மாணவர்களுடன் இருந்து, அரசியல் வகுப்பில் கலந்துகொள்ள இயலாத குறையைப் போக்கினார்.

அடுத்து, மாணவர்களுக்கெனத் தனியாக அரசியல் வகுப்பு நடத்து வதற்கான ஏற்பாடுகளைச் செய்தார். "தஞ்சை ஜில்லா திருவையாற்றில் தமிழ்நாடு மாணவர்களின் கட்சிக்கல்வி பள்ளிக்கூடம் ஏற்பாடாகி யுள்ளது. ஜூலை 17 முதல் 20 முடிய நாலு நாட்கள் நடைபெறும். இந்த வகுப்புக்குத் தாங்களும் பிற அண்ணாமலைப் பல்கலைக்கழக மாணவர்களும் வருதல் அவசியம். இதில் நீங்கள் விசேஷ முயற்சி

எடுக்கவேண்டும். ஜுலை 21-இல் தஞ்சை நகரில் தமிழ்நாடு மாணவர் மன்ற மாநாடு நடைபெறும். மாநாடு நிகழ்ச்சிகள் பற்றி உங்கள் கருத்தை எழுதவேண்டுகிறேன்" (தோழர் மாணிக்கம் எழுதிய மடல் 01-07-1968).

சென்னையில் 25-02-1968 அன்று தமிழ்நாடு தழுவிய மாணவர் கூட்டம் ஒன்றுக்கு ஏற்பாடு செய்யப்பட்டது. இது குறித்து 20-02-1968 அன்றுதான் மடல் எழுதியிருந்தார். "பிப்ரவரி 25-இல் சென்னையில் நமது மாணவ நண்பர்கள் கூடுகிறார்கள். நீங்களும், போத்தியும் தவறாமல் 25 காலை சென்னை வந்து சேருங்கள். இவ்வளவு நெருக்கத்தில் தகவல் தெரிவித்ததற்கு மன்னிக்கவும். தவறாமல் வந்து சேரவும்." இம்மடல் எழுதப்பட்டிருக்கின்ற முறையிலேயே அவருடைய பண்பினைப் புரிந்துகொள்ள முடியும்.

இக்கூட்டத்தில் எடுத்த முடிவுகளின்படி, தென்னார்க்காடு மாவட்ட மாணவர் மாநாட்டினை அண்ணாமலைப் பல்கலைக்கழகத்தில் நடத்த ஏற்பாடுகள் செய்தோம். பல்கலைக்கழகத்திலிருந்து ஒரு காலத்தில் வெளியேற்றப்பட்ட தோழர் கே.பாலதண்டாயுதம் மற்றும் தோழர் ப.மாணிக்கம் ஆகியோருடன், தோழர் எம்.கல்யாணசுந்தரம் அல்லது தோழர் தா.பாண்டியன் கலந்து கொள்ள வேண்டுமென்று நாங்கள் விரும்பினோம். அத்துடன், 15 ஆண்டுகளுக்குப் பின்னர் நடைபெறுகின்ற மாணவர் மாநாடு என்பதால் சிறப்பாக அமையவேண்டும் என்ற நோக்கமும் இருந்தது. கட்சித் தலைமையும் இதில் உண்மையிலேயே ஆர்வம் காட்டியது.

இருந்தாலும் குறுகிய இடைவெளியில் தலைவர்களின் நாள் ஒத்துவரவில்லை. இதைக் குறிப்பிட்டு 15-03-1968-இல் தோழர் மாணிக்கம் அவர்கள் எனக்குத் தெரிவித்தார்கள்; "நான் 19-ல் வருகிறேன். பாண்டியன் 17-இல் வரவில்லை. தேதி மாற்றியுள்ளார்களாம். 24-இல் வர முதலில் எம்.கே., பாலன் இருவரும் இசைந்தனர். வேறு நிகழ்ச்சிகள் ஜில்லாக்களில் ஏற்பாடு நடந்துவருவதால் வர இயலவில்லை." ஆனால், தலைவர்கள் இல்லாமல் மாநாடு நடத்துவதில் எனக்கு உடன்பாடில்லை. மாணவத் தோழர்களும், மாநாட்டினை ஒத்திவைக்கலாம் என்றார் களேயன்றி, மாற்று ஏற்பாட்டுக்கு இசையவில்லை.

இதைத் தெரிந்தவுடன், நிலைமைகளைப் புரிந்துகொண்டு, தோழர். மாணிக்கம் அவர்கள் "பாண்டியன் 30-ந் தேதி நிச்சயம் வருவார். தோழர் பாலனும் 30-ந் தேதி வருவார். நீங்கள் மாவட்ட மாணவர் மாநாட்டிற்கான தயாரிப்பில் பூரணமாக ஈடுபட்டு வெற்றி காண முயலவும்" என்று 25-03-1968 அன்று மடல் எழுதினார்.

மாணவர்-இளைஞர் உணர்வுகளுக்கு மதிப்பளித்து உடனடியாக மாற்று ஏற்பாடுகள் செய்யத் தோழர் மாணிக்கம் அவர்கள் தயங்கவில்லை. தோழர் கே.பாலதண்டாயுதம், தோழர் தா.பாண்டியன், கடலூர் மாவட்டச் செயலாளர் தோழர் ஜெயராமன் ஆகியோர் கலந்து கொண்டனர். இதனால், மாநாடு மிக வெற்றியுடன் நடைபெற வாய்ப்பேற்பட்டது.

மாணவர் நலனில் எப்போதுமே தோழர் மாணிக்கம் அவர்களுக்குத் தனி ஈடுபாடு இருந்துவந்தது. பல்கலைக் கழகத்திலிருந்து ஐந்து மாணவர்கள் வெளியேற்றப்பட்ட செய்தியறிந்து, உடனடியாக 25-11-1967-இல் எனக்கு எழுதினார். *"தோழர் பாண்டியன் மூலம் கேள்விப்பட்டேன், 5 மாணவர்கள் வெளியேற்றப்பட்டார்கள் என்று. இது உண்மையா? என்ன அடிப்படையில்? விவரமாக எழுதவும். மாணவர்கள் பிரதி பலிப்பு எப்படி உள்ளது?"* இதில், தோழர் மாணிக்கம் என்ற மாமனிதரின் உணர்வுகளைப் புரிந்துகொள்ளலாம். மாணவர்கள் கல்வி நிறுவனங் களிலிருந்து வெளியேற்றப்படுவதை அவரால் ஏற்க முடியவில்லை. ஆனால், மாணவர்களைத் தாக்கி அவர்களுக்கு எதிராக நடந்து கொண்டதால், மாணவர்களே போராடி வெளியேறினர் என்ற செய்தியை அறிந்த பின்னரே அமைதிகொண்டார்.

இயக்கம் தொடர்பான மாணவர்களது வேண்டல்கள் யாவற்றையும் நிறைவேற்றிக் கொடுத்துவிடுவார். இதனால் ஒரு கட்டத்தில், அண்ணாமலை மாணவரிடையே மட்டும் ஜனசக்திவார இதழ்-15, தாமரை-7, நியூஏஜ்-10, சாந்தி-5 விற்பனை செய்யமுடிந்தது. விற்பனைத் தொகையை அனுப்புவதில் சுணக்கம் ஏற்பட்டுவிடக் கூடாது என்பதையும் வலியுறுத்தினார் (மடல் 15-03-1968): *"அமைப்பு விதிகள் 50 புத்தகங்கள் அனுப்பிவைக்கிறேன். [கட்சி] யூனிட் அமைக்கலாம். அதற்குரிய பதிவுத் தாள்களை எடுத்துவருகிறேன். ஜனசக்தி-15 இதழ் அனுப்ப ஏற்பாடு செய்துள்ளேன். வரும். பாக்கியில்லாமல் பணம் அனுப்ப ஏற்பாடு செய்யுங்கள்"*.

அண்ணாமலை உணவு விடுதி ஊழியர்களின் சிக்கல்களைக்கூடத் தீர்த்துவைக்க உதவினார் (மடல் 25-03- 1968): *"ஹாஸ்ட்டல் சிப்பந்திகள் விஷயமாக... அவர்கள் சங்க முக்கியஸ்தர்கள் சென்னைக்கு 22-இல் வந்து டி.என்.டி.யு.சி.ரங்கநாதனைச் சந்தித்து பேசிச் சென்றுள்ளனர். அதற்கான யோஜனைகளை ரங்கநாதன் கூறியுள்ளார்"*.

இயக்கப் பணிகளோடு கடமைகள் முடிந்துவிடுவதாகத் தோழர் மாணிக்கம் அவர்கள் எப்போதுமே எண்ணியதில்லை. ஒவ்வொருவரும் தனி ஆர்வத்தை வளர்த்துக்கொண்டு ஏதாவதொரு துறையில் திறனைப்

பெறவேண்டும் என்று எதிர்பார்த்தார். குறிப்பாக, அறிவுத் துறையில் திறனைப்பெற வேண்டும் என்று விழைந்தார். அதனால், உற்சாகமும் ஊக்கமும் கொடுப்பதில் முன் நின்றார்.

இயக்க தொடர்பு ஏற்பட்டதிலிருந்து நான் தொடர்ந்து ஜனசக்தி, சாந்தி, தாமரை ஆகிய இதழ்களில் எழுதிவந்தேன். அவ்வப்போது அவற்றைப் பற்றி எனக்கு எழுதுவார். 23-08-1967 அன்று எழுதிய மடல் வருமாறு: "போத்திரெட்டி கட்டுரையை ஜனசக்தியில் போடுகிறோம். உங்கள் கட்டுரையை கட்சி வாழ்க்கையில் போடுவதுதான் சரியாக இருக்கும். 'ஒரு மாணவன்' எனக் குறிப்பிட்டுள்ளேன், பெயர் வேண்டாம் என்பதற்காக. கட்டுரை மாணவர்களின் ஆர்வத்தை உள்ளபடியே எடுத்துக்காட்டுகிறது. மற்றவர்களுக்கு இது உதவியாக இருக்கும்".

எனது பெயரைப் போடாமல் 'ஒரு மாணவன்' என்று குறிப்பிட்டதற்கு அரசியல் காரணிகள் இருந்தன. 1967-க்கு முன்னர் காங்கிரஸ் ஆட்சிக்காலத்தில் காவல் துறைக் கட்டுப்பாடுகள் மிகுதி. எதிரிக்கட்சிகள், குறிப்பாகப் பொதுவுடைமைக் கட்சிகள் கண்காணிக்கப் பட்டன. பொதுக்கூட்டங்களில் காவல் துறையினர் குறிப்பெடுப்பர். நடவடிக்கைகள் மேற்பார்வையிடப்படும். அஞ்சல்கள் பிரித்துப் பார்க்கப் படும். ஆட்சி அப்போதுதான் மாறியிருந்தது என்பதால், முன்னைய நடைமுறைகள் மறைய சிறிது காலமாயிற்று. இந்த நிலையில், கட்சி வாழ்க்கை இதழில் என் பெயர் வருவது எனக்குச் சிக்கல்களைத் தந்து விடக்கூடாது என்பதே அவருடைய நோக்கமாக இருந்தது. தமிழ் பயிற்சி மொழி குறித்து நான் ஜனசக்தியில் (22-10-1967) முதலாக எழுதிய கட்டுரையும் 'ஒருமாணவன்' என்ற பெயரிலேயே வெளியிடப்பட்டது.

நான் எழுதிய சிறுகதைகளையும் படித்துக் கருத்துக்கள் கூறத் தவறியதில்லை. ஆனந்தவிகடன் வார இதழில் என் சிறுகதையைப் படித்துவிட்டுக் கீழ்க்கண்டவாறு எழுதினார். (04-12-1968) "வாலிபர், மாணவர் அரங்கத்திற்குப் பொறுப்பாளர் தோழர் பாண்டியனை முடிவு செய்துள்ளோம். தங்களது கதையை ஆனந்தவிகடனில் படித்து மகிழ்ச்சியுற்றேன். கதை நன்றாகவே உள்ளது. கருத்து ஏற்கனவே எழுத்தாளர் அவலநிலை பற்றி வந்ததுதான். ஏழை விவசாயிகள், விவசாயக்கூலிகளின் உள்ளடக்கிடக்கையை எடுத்துக்கூறும் கிராமியப் பின்னணியில் கதைகளை எழுதினால் புதிய முயற்சியாக அமையும். உங்கள் முயற்சிக்கு எனது வாழ்த்துக்கள்".

சிறுகதைத் துறையில் நான் செய்யவேண்டிய முயற்சிகளையும் சுட்டிக்காட்ட அவர் தயங்கவில்லை. இதையடுத்து, வேளாண் மக்களுடைய

வாழ்க்கையை வெளிப்படுத்தும் சில சிறுகதைகளையும் நான் எழுதியதற்குத் தோழர் மாணிக்கம் அவர்களுடைய தூண்டுதலும் காரணியாகும்.

ஆய்வு (பி.எச்.டி.) மாணவனாக நான் சேர்ந்த பின்னரும் தோழர் மாணிக்கம் அவர்களின் வழிகாட்டுதல் தொடர்ந்தது. ஆய்வினை மேற்கொண்டவுடன் எனக்கு 04-10-1972-இல் எழுதிய மடல் இதைக் காட்டும். "நீங்கள் இக்காலத்தில் படிக்க வேண்டியவற்றைப் படித்து ஆராய்ச்சித்திறனை அதிகப்படுத்திக் கொள்ள முயலுங்கள். ஆராயும் திறன் படைத்தவர்கள் தமிழகத்தில் மிகக் குறைவு. நீங்கள் இத்துறையில் வளர்ந்தால் எதிர்காலத்திற்கு நன்கு பயன்படும். இப்போதைய சூழ்நிலையை மட்டும் பார்த்து தளர்ந்துவிடாதீர்கள்".

மீண்டும் எனது கடமைகளை 05-02-1974-இல் நினைவுபடுத்தினார். "நீங்கள் ஆராய்ச்சித் துறையில் செலுத்தும் கவனம் நீண்டகாலப் பலனளிக்கக்கூடியது. அதில் தொடர்ந்து கவனம் செலுத்தவும். புதிய சிந்தனை, பழைமையின் தொடர்ச்சியும் புதியதின் வளர்ச்சியும் நமது மக்களுக்குத் தெரியவேண்டும். இது முதலில் மெதுவாக நடைபெறும். படிப்படியாக வேகமான வளர்ச்சியடையும். எனவே, இத்துறையில் செலுத்தும் கவனம் ஊறிப்போன பழைய சிந்தனை, வரட்டு நிலை, குருட்டுத்தனமான பார்வைப் பிடிப்பு ஆகியவற்றைத் தகர்க்க உதவும்".

அறிவுத் துறைகளோடு ஏதாவதொரு வகையில் தொடர்பு கொண்டுள்ளவர்களைப் பார்க்கும் போதெல்லாம் அவர்களிடம் கலந்துரையாடுவார். நொய்யல் நதிக்கரை நாகரீகம் குறித்த ஆய்வினை மேற்கொள்ளுமாறு பலமுறை என்னை வற்புறுத்தியுள்ளார். கொடுமணல் அகழ்வாய்வு மேற்கொள்ளப்படுவதற்கு முன்னரே நொய்யல் நாகரீகம் பற்றி அவர் முன் வைத்த பல நுட்பமான கருத்துக்கள் நான் படித்தறியாதவையாக இருந்தன. வரலாறு, பண்பாடு, மக்கள் பழக்க வழக்கங்கள், சமூகம் குறித்த நூல்களைத் தொடர்ந்து படித்துவந்தார்.

அவர் தமிழ்நாடு மருத்துவமனையில் இருந்தபோது, பேரா.கலாநிதி கார்த்திகேசு சிவத்தம்பி அவர்களுடன் நானும் எனது துணைவியாரும் பார்க்கச் சென்றிருந்தோம். எனது துணைவியாரின் ஆய்வுத் தலைப்பைக் கேட்டு விட்டு, மருத்துவரின் எச்சரிக்கையையும் பொருட்படுத்தாமல், ஏறக்குறைய மூன்று மணிக்கால அளவு அவர் கலந்துரையாடியது மறக்க வியலாதது. களப்பிரரில் தொடங்கி, தமிழரின் அறிவுச் செல்வங்கள் அழிக்கப்பட்டது வரை பேசிக்கொண்டேயிருந்தார். அவருடைய நுணுக்கமான படிப்பையும் பரந்த அறிவையும் ஆழமான புரிதலையும்

கண்டு பேரா.சிவத்தம்பி அவர்கள் நெகிழ்ந்து பலமுறை நினைவு கூர்ந்திருக்கிறார்.

திறன், புலமை, ஆர்வம், இயல்பு, பழக்கவழக்கங்கள் ஆகியவற்றின் அடிப்படையில் ஒருவரை மதிப்பிட்டு, அவருக்குத் தக்கவாறு பயிற்றுவிக்கும் நுட்பம் தோழர் மாணிக்கம் அவர்களிடம் புதைந்து கிடந்தது.

அனைவரிடமும் எளிமையாகப் பழகும் குணமும் நினைவாற்றலும் இதற்கு துணைபுரிந்தன என்று கூறமுடியும். தோழர் மாணிக்கம் அவர்கள் அண்ணாமலைப் பல்கலைக்கழகத்திற்குப் பலமுறை வந்திருந்தபோதிலும், ஒவ்வொரு முறையும் எனது அறையில்தான் தங்கியிருந்தார். சென்னையில் எம்.ஏ., பயின்றபோது, பேரா.நாவா அவர்களும் எனது அறையிலேயே தங்கியிருந்தது நினைவுக்கு வருகிறது. மாணவர்களோடு சேர்ந்து குளித்து, உணவு விடுதியில் உண்டு, அவர்களோடு கலந்துரையாடியதால், தோழர் மாணிக்கம் அவர்களைத் தங்களில் ஒருவராகவே மாணவர்கள் கொண்டாடினர். 'அண்ணாச்சி' என்ற அழைப்பு முறையும் ஒருவகையில் நெருக்கமான உறவினை உருவாக்கியிருந்தது.

அறிவு முறையிலான உரையாடல்கள் மட்டுமின்றி, தனிப்பட்ட வகையில் இல்லம், ஊர் தொடர்பான விவரங்களையும் கேட்டுத் தெரிந்துகொள்வார். மீண்டும் காணும்போது மறவாமல் அவற்றைப் பகிர்ந்து கொள்வார்.

திறன் உள்ளோரை ஒருங்கிணைத்து முழுமையாகப் பயன்கொள்ளும் இயல்பு தோழர் மாணிக்கம் அவர்கள் கட்சியின் நெல்லை மாவட்டச் செயலாளராக இருந்தபோதே வெளிப்பட்டிருக்கிறது. அறிவுத்தளத்தில் நின்ற பேரா.நா.வானமாமலை, எழுத்தாளர் தொ.மு.சி.ரகுநாதன், திறனாய்வாளர் தி.க.சி., அண்ணாச்சி சோ.சண்முகம் போன்றோரையும் அரசியல் களத்தில் நின்ற தோழர்கள் ஆர்.நல்லக்கண்ணு, வீ.மீனாட்சிநாதன், எஸ்.ஏ.முருகானந்தம், வி.எஸ்.காந்தி, பி.ராசகோபால், முத்துமாணிக்கம் போன்றோரையும் பின்னர் பிரிந்து சென்ற தோழர்கள் ஏ.நல்லசிவன், சு.பாலவிநாயகம் போன்றோரையும் ஒருங்கிணைத்துக் கட்சியைக் கட்டினார்.

தோழர் மாணிக்கம் அவர்களின் பங்களிப்பு, கட்சி அமைப்பு, அரசியல் களம், கொள்கை உருவாக்கம் ஆகியவற்றோடு மட்டுமே நின்றுவிடவில்லை; தத்துவப் பயிற்சி, கொள்கைத்தெளிவு, இயக்க

அமைப்பு, மக்கள் நலம் பேணுதல், போராட்ட முனைப்பு, செயலூக்கம் ஆகியவற்றைப் பயிற்றுவிப்பதுடன் நிறைவு பெறவில்லை.

இவற்றுடன் அறிவு, செறிவு, ஆற்றல், திறன், புலமை, மனித நாட்டம், பட்டறிவு, தன்னம்பிக்கை என்பன போன்ற வள வாழ்க்கைக்கு அடிப்படையானயாவற்றையும் பெற்ற முழு மனிதனை, மார்க்சிய மனிதனை உருவாக்குவதே அவருடைய நோக்கமாக இருந்தது.

பொதுவுடைமை இயக்கத்திற்கு, புரட்சி மனம் கொண்ட கட்சிக்கு இத்தகையாரே தலைமை தாங்கமுடியும், தலைமை தாங்கவேண்டும் என்று அவர் எண்ணினார்.

இத்தகைய நோக்கிலேயே தோழர் மாணிக்கம் அவர்களின் பயிற்றுவிப்பு அமைந்திருந்தது. அவரோடு தொடர்பு கொண்டிருந்த ஒவ்வொரு உறுப்பினரையும், ஊழியரையும் பார்த்துப்பார்த்து, இழைத்து இழைத்து மெருகூட்ட முனைந்தார். தாயாக இருந்து அரவணைத்தார்; தந்தையாக மாறிப் பாதுகாத்தார்; ஆசிரியராக அமைந்து பயிற்சி தந்தார்; தலைவராக நின்று வழி நடத்தினார்; தோழராக வாழ்ந்து தோள் கொடுத்தார்.

இந்தவகையில் ப.மாணிக்கம் என்ற பல்கலைக்கழகத்தில் பயின்ற பயிற்சி பெற்ற மாணவர், இளைஞர் பலர் இன்று இயக்கப் பொறுப்பில் முன்னணியில் நின்று பெருமை சேர்த்திருக்கிறார்கள்; ஆய்வுத் துறையில் தடம் பதித்து முன்னேறியிருக்கிறார்கள். இது அவர் நமக்குக் கொடுத்துச் சென்ற பெருங்கொடையாகும்.

ப.மாணிக்கம் என்ற பல்கலைக்கழகம் நிறைவேற்றிக் கொடுத்த பணிகள் அவரோடு முடிந்துவிடுவதல்ல என்றும் அவை தொடர வேண்டும்.

திருநெல்வேலி மாவட்டத்தில் தோழர் ப.மாணிக்கம்

- ஆ.சிவசுப்பிரமணியன்

இந்தியக் கம்யூனிஸ்ட் கட்சியின் தமிழ் மாநிலக்குழுவின் செயற்குழு உறுப்பினராகவும், பின்னர் அதன் மாநிலச் செயலாளராகவும் விளங்கிய தோழர் ப.மாணிக்கத்தின் அரசியல் வாழ்க்கை அண்ணாமலைப் பல்கலைக் கழகத்தில் தொடங்கியது என்றாலும், அவரது அரசியல் அனுபவங்கள், அவரது தியாக வாழ்வு ஆகியனவற்றைப் பெற்று வளர்ந்த பெருமை, தொடக்கத்திலேயே நெல்லை மாவட்டக் கம்யூனிஸ்ட் கட்சிக்குக் கிடைத்தது.

ஆங்கில ஆட்சியின்போது 1934-இல் இந்தியக் கம்யூனிஸ்ட் கட்சியின் செயல்பாட்டிற்கு, தடைவிதிக்கப்பட்டிருந்தது. இதனால் வெளிப்படையாகக் கம்யூனிஸ்ட் கட்சி செயல்பட முடியாவிட்டாலும் இரகசியமான முறையில் செயல்பட்டுக் கொண்டிருந்தது. பாலக்காடு, சித்தூர்ப் பகுதிகள் தமிழ்நாட்டுடன் இணைந்திருந்தன. தென் மாநிலங்களில் தொடக்ககாலக் கம்யூனிஸ்ட் இயக்கம் கேரளத்தில்தான் வேகமாகப் பரவியது. இதனால் அங்கிருந்த தோழர்கள் சென்னை மாநிலத்தின் பல்வேறு பகுதிகளில் கம்யூனிஸ்ட் இயக்கத்தைப் பரப்பும் முயற்சியில் ஆர்வத்துடன் ஈடுபட்டனர். இம்முயற்சியின் ஓர் அங்கமாக இராமச்சந்திர நெடுங்காடி என்ற தோழர் 1939-ஆம் ஆண்டு திருநெல்வேலி மாவட்டத்திலுள்ள குற்றாலத்தில் இரகசியமாகத் தங்கி, விக்கிரமசிங்கபுரம், தூத்துக்குடி, அம்பாசமுத்திரம், பாப்பான்குளம், தென்காசி ஆகிய ஊர்களில், இந்திய கம்யூனிஸ்ட் கட்சியின் கிளைகளை உருவாக்கினார். இவை வளர்ச்சியடைந்து 1940-ஆம் ஆண்டில் பன்னிரெண்டு கிளைகள் உருப்பெற்றன.

1942 ஜூலையில் இந்தியக் கம்யூனிஸ்ட் கட்சியின்மீது உள்ள தடை நீங்கியது. முறையான கட்சி அமைப்பு மாவட்டத்தில் விரிவடையாத நிலையில் வி.பி.சிந்தன், ஆர்.கே.கண்ணன் ஆகிய தோழர்கள் அமைப்பாளராகச் செயல்பட்டு கட்சியை வளர்த்தனர்.

1944-ஆம் ஆண்டில் நெல்லை மாவட்டத்தில் மாணவர் அமைப்பை உருவாக்குவதற்காக மாநிலக் கட்சித் தலைமை, தோழர் ப.மாணிக்கத்தை திருநெல்வேலிக்கு அனுப்பியது.

1948-ஆம் ஆண்டில் ஜனவரி மாதம் திருநெல்வேலி மாவட்டக் கம்யூனிஸ்ட் கட்சியின் முதல் மாநாடு, வண்ணார்பேட்டையில் நிகழ்ந்தது. இம்மாநாட்டில் தோழர் ப.மாணிக்கம் அமைப்பாளராகத் தேர்ந்தெடுக்கப்பட்டார்.

1948-ஆம் ஆண்டு கல்கத்தாவில் கூடிய இந்தியக் கம்யூனிஸ்ட் கட்சி, காங்கிரஸ் அரசுக்கு எதிரான ஆயுதம் தாங்கிய போராட்டத்தை நடத்துவதெனத் தீர்மானித்தது. இதை மோப்பம் பிடித்த காவல்துறை கட்சியின் தலைவர்களையும், முக்கிய ஊழியர்களையும் கைது செய்தது. வெள்ளையரசைப் பின்பற்றி *1948* மார்ச்சில் கம்யூனிஸ்ட் கட்சியைக் காங்கிரஸ் அரசு தடை செய்தது. இத்தடையைப் பற்றிக் கவலைப்படாது கம்யூனிஸ்ட் கட்சி தன் பணியைத் தொடர்ந்தது.

விவசாயசங்கங்கள், தொழிற்சங்கங்கள் அரசு ஊழியர் சங்கங்கள் ஆகியனவற்றை உருவாக்குவது, அவற்றின் வாயிலாகப் போராட்டங்களை நிகழ்த்துவது என கட்சிப்பணி தொடர்ந்தது. தோழர் இரா.நல்லக்கண்ணு, நான்குநேரி களக்காடு பகுதியிலும், தோழர் ஏ.நல்லசிவன் அம்பாசமுத்திர வட்டத்திலும் தோழர் கே.பாலதண்டாயுதம் தூத்துக்குடிப் பகுதியிலும் செயல்பட்டனர்.

திருநெல்வேலிப் பகுதியிலுள்ள, மேலைப்பாளையத்தில் தோழர் ப.மாணிக்கம் தங்கியிருந்தார். அவருடன் விளாத்திகுளம் பகுதியிலுள்ள பூதலப்புரம் கிராமத்தைச் சேர்ந்த தோழர் வேலுச்சாமித் தேவரும் தங்கி யிருந்தார். இருவரும் தேங்காய் வியாபாரிகளென்று கூறி மாடியறை ஒன்றை வாடகைக்குப் பிடித்திருந்தனர். மாவட்ட அளவிலான அமைப்பாளர் என்ற முறையில் மாவட்டத்தில் கட்சியின் செயல்பாடுகளை முறைப் படுத்தி ஒருங்கிணைப்பதும் மாநிலத் தலைமையிலிருந்து வரும் செய்திகளை அவர்களுக்கு அனுப்பி வைப்பதும் இவரது முக்கிய பணியாக இருந்தது. தடைசெய்யப்பட்டாலும் கம்யூனிஸ்ட் கட்சி செயல்பட்டு கொண்டிருப்பதை காங்கிரஸ் அரசு அறிந்தே இருந்தது. எனவே அதன் செயல்பாட்டை முடக்குவதற்கு காவல்துறையை ஏவி இருந்தது. மாவட்ட அமைப்பாளராகச் செயல்படும் ப.மா.-வை கைது செய்ய காவல்துறை மும்மரமாக செயல்பட்டு வந்தது.

மே *1949* அன்று திருநெல்வேலிச் சந்திப்பிற்கு அருகே உள்ள சிக்கநரசய்யன் கிராமத்தில், தோழர் ப.மாணிக்கத்தை தலைமைக் காவலாளர் ஒருவர் சந்தேகத்தின் அடிப்படையில் கைது செய்து காவல் நிலையத்திற்கு அழைத்துச் சென்று அவரது கைரேகையைப் பதிவு செய்தார். காவல்துறையிடம் தம் பெயர், வரதன் என்று கூறி ஒருவாறு

அவர்களிடமிருந்து தப்பித்து வந்துவிட்டார் (இந்நிகழ்வு பின்னர் அவரது வழக்கு நடக்கும்போது நீதிபதியிடம் கூறப்பட்டது).

கட்சிவேலை தொடர்பாக தென்காசி சென்று அதன் அருகேயுள்ள குற்றாலத்திற்கு ப.மா. 12-6-1950 அன்று சென்றிருந்தார். ஐந்தருவி செல்லும் சாலையிலிருந்து இலஞ்சி கிராமத்திற்கு சாலை ஒன்று பிரியும். அப்பிரிவுச்சாலையில் சந்து ஒன்று உண்டு. அதன் வழியாக தோழர் ப.மா. சென்று கொண்டிருக்கும்போது, கம்யூனிஸ்ட் கட்சியின் செயல்வீரர்களாகக் கைது செய்வதெற்கென்றே இயங்கிவந்த சிறப்புப் புலனாய்வுப் பிரிவின் காவலர் ஒருவர் இவரை அடையாளம் கொண்டு விட்டார். ப.மா.-வும் அதைத் தெரிந்து கொண்டு விரைந்து நடந்து, பின்னர் ஓடத்தொடங்கினார். அவரைப் பிடிக்க முடியாது என்று உணர்ந்து, 'திருடன் திருடன்' என்று கூவியவாறு துரத்தத் தொடங்கினார். அவர் எதிர்பார்த்தபடியே பொதுமக்களும் அவரைப்பின் தொடர்ந்து ஓடி வந்து ப.மா-வை விரட்டிப் பிடித்தனர். கிருஷ்ணசாமி முதலியார் என்ற காவல்துறை துணை ஆய்வாளர் கம்யூனிஸ்ட்களை ஒழிப்பதற் கென்றே தாம் பதவியிலிருப்பதாக அடிக்கடி பெருமைப்பட்டுக் கொள்பவரிடம் ஒப்படைக்கப்பட்டார். வழக்கமான காவல்துறையின் சித்ரவதைகள் அவர்மீது நிகழ்ந்தன.

தலைமறைவு வாழ்க்கைச் செயல்பாடுகளை ஒடுக்கும் வகையில் காவல்துறையின் துணையுடன் பல்வேறு சதிவழக்குகளை கம்யூனிஸ்ட் கட்சிமீது தொடுத்தது. இந்த வகையில், 'திருநெல்வேலிச் சதிவழக்கு' என்ற பெயரில் ஒரு சதிவழக்கை உருவாக்கியது. நாற்பத்தி ஒன்பதாம் ஆண்டில் தொடங்கி ஐம்பது வரையிலான காலக்கட்டத்தில் தூத்துக்குடி, விக்கிரமசிங்கபுரம், திருநெல்வேலி, களக்காடு, மணியாச்சி ஆகிய ஊர்களில் பதிவான குற்றவியல் வழக்குகளை ஒன்றிணைத்து அதற்கு, 'நெல்லைச் சதி வழக்கு' என்று பெயரிட்டனர்.

1951-ஆம் ஆண்டுக்கான செசன்ஸ் வழக்கு எண். 117 என்ற இவ்வழக்கில் அறுபத்தேழு பேர் குற்றவாளியாக்கப்பட்டிருந்தனர். இப்பட்டியலில் தோழர் ப.மாணிக்கம் 32-ஆவது குற்றவாளியாகக் குறிப்பிடப்பட்டிருந்தார். இவர்கள் அனைவர்மீதும் மத்திய, மாநில அரசுகளைக் கவிழ்க்க சதி செய்ததாகவும், இரயில் தந்திப் போக்கு வரத்தைச் சீர்குலைத்ததாகவும், வெடிப்பொருள்கள் சட்டத்தை மீறிய தாகவும், ஆயுதங்கள் வைத்திருப்பதாகவும் குற்றம் சாட்டப்பட்டிருந்தது. இக்குற்றச்சாட்டுகள் தவிர தனித்தனியாக வேறுசில குற்றச்சாட்டுகள் சில தோழர்களின் மீது போடப்பட்டன. சான்றாக 55-ஆவது குற்றவாளியாக குறிப்பிடப்பட்டிருந்த தோழர் நல்லக்கண்ணுவின் மீது, உயிருக்கும் சொத்துக்களுக்கும் சேதம் விளைவிக்கும் வகையில் வெடிமருந்து

வைத்திருந்ததாக ஒரு குற்றச்சாட்டு பதிவாகியிருந்தது. வழக்கின் தீர்ப்பு 1952-இல் நடந்து முடிந்தபிறகு அரசியல் கைதிகள் விடுதலை குறித்து வலியுறுத்தப்பட்டதன் விளைவாக விடுதலையான பின்னர் நெல்லைச் சதிவழக்கில் இவருடன் குற்றம் சாட்டப்பட்டிருந்த தளவாய் என்ற தோழரின் சகோதரியைத் திருமணம் செய்துகொண்டார். இது சாதிமீறிய திருமணமாகும். தோழர் ப.மாணிக்கம் 1954-இல் விடுதலையானார். பின்னர் 1955-இல் நெல்லை மாவட்டக் கம்யூனிஸ்ட் கட்சியின் மூன்றாவது மாநாட்டில் மாவட்டச் செயலாளராக தேர்ந்தெடுக்கப்பட்ட அவர், 1962 வரை ஒன்றிணைந்த திருநெல்வேலி மாவட்டக் கம்யூனிஸ்ட் கட்சியின் செயலாளராகப் பணியாற்றினார்.

இக்காலக் கட்டத்தில் நெல்லை மாவட்டத்தில் கட்சியையும், கட்சியின் தோழமை அமைப்புகளான விவசாய சங்கம், தொழிற்சங்கம் போன்றவற்றையும் வளர்த்தெடுப்பதில் முழுக்கவனத்தையும் செலுத்தினார். அதே நேரத்தில் இங்கு வாழ்ந்த, அண்ணாச்சி சண்முகம் பிள்ளை, தொ.மு.சி.ரகுநாதன், பேராசிரியர் நா.வானமாமலை, தி.க.சிவசங்கரன் ஆகிய எழுத்தாளர்களுடன் நல்ல உறவு கொண்டிருந்தார். அவர் நடத்தும் அரசியல் வகுப்புகளை சலிப்பின்றி ஆர்வத்துடன் தோழர்கள் கேட்டு மகிழ்வர்.

1962-இல் சீனப்படையெடுப்பினையொட்டி தடுப்புக்காவல் சட்டப்படி கம்யூனிஸ்ட் கட்சியின் தலைவர்களையும், ஊழியர்களையும், காங்கிரஸ் அரசு கைது செய்தபோது, ப.மா.-வும் கைதானார். ஏறத்தாழ ஆறுமாதம் மதுரை மத்திய சிறைச்சாலையில் சிறைவாசத்தை அனுபவித்துவிட்டு 1963 தொடக்கத்தில் விடுதலையானார். விடுதலையான சில நாட்களிலேயே கட்சியின் தமிழ்மாநிலக்குழுவின் செயற்குழு உறுப்பினராகப் பணியாற்ற சென்னைக்கு இடம்பெயர்ந்தார்.

ஆனாலும் நெல்லை மண்ணின் மீதும், அவருடன் பணியாற்றிய, பழகிய தோழர்களின்மீதும் அவர் கொண்டிருந்த உறவு அவர் மறையும் வரை நீடித்தது. திருவாரூர் மாவட்டத்தின் பாடகச்சேரி அவரது பூர்வீக பூமியாக அமைந்தது. வளர்ந்து கல்வி பயின்ற மாவட்டமாக கடலூர் மாவட்டம் விளங்கியது. அவரது அரசியல் வளர்ச்சியின் உச்சகட்ட செயல்பாடுகளின் களமாகவும், உயிரிழந்த இடமாகவும் சென்னை நகர் அமைந்தது. அவரது துடிப்பான இளமைப் பருவத்தையும், தியாக உணர்வையும் பயன்படுத்திக் கொண்ட பகுதியாக நெல்லைச்சீமை விளங்கியது.

★★★